Driving Change: How Sustainable Mobility can Transform the World

డైనమిక్ మార్పు: ఎలా సస్టైనబుల్ మొబిలిటీ ప్రపంచాన్ని మార్చగలదు

Meera Mystique

Copyright © [2023]

Author: Meera Mystique

Driving Change: How Sustainable Mobility can Transform the World

All rights reserved. No part of this publication may be reproduced or transmitted in any form or by any means, electronic or mechanical, including photocopying, recording, or any information storage and retrieval system, without prior written permission from the author.

This book is a self-published work by the author Meera Mystique

ISBN:

TABLE OF CONTENTS

Chapter 1: Crossroads: The Urgent Need for Sustainable Mobility   13

- Introduction: The unsustainable reality of current transportation systems (pollution, congestion, health, inequality).
- The crossroads: Climate crisis, resource depletion, and urban sprawl.
- Defining sustainable mobility: Key principles and goals (reduced emissions, accessibility, equity, efficiency).
- Global context: International agreements and targets (Paris Agreement, Sustainable Development Goals).

Chapter 2: Rethinking Transportation: A Paradigm Shift   24

- Moving beyond the car-centric model: The dominance of cars and its consequences.
- The rise of alternative mobility: Public transit, micromobility (cycling, walking), shared mobility, and electric vehicles.
- Urban planning for sustainability: Walkable cities, mixed-use development, and green infrastructure.
- Technological innovations: Automation, connectivity, and smart transportation systems.

Chapter 3: Powering the Shift: Policies and Incentives   32

- Government leadership: Setting ambitious targets, regulatory frameworks, and carbon pricing.
- Investing in infrastructure: Public transit expansion, cycling and pedestrian networks, and charging infrastructure.
- Financial incentives: Subsidies for sustainable options, disincentives for private cars (congestion pricing).
- Public awareness and behavior change: Education, campaigns, and community engagement.

Chapter 4: The Engines of Change: Key Players and Initiatives   40

- Cities as leaders: Innovative urban mobility policies and projects around the world.
- Private sector innovation: Car manufacturers, tech companies, and mobility startups driving change.
- Civil society and grassroots movements: Advocacy for sustainable transportation solutions.
- International cooperation: Sharing knowledge, best practices, and resources.

Chapter 5: Overcoming Challenges: Obstacles and Solutions 48

- Cost and affordability: Addressing equity concerns and making sustainable options accessible.
- Political resistance: Overcoming vested interests and advocating for change.
- Infrastructure gaps and rural mobility: Connecting rural communities with sustainable options.
- Technological limitations and public acceptance: Addressing concerns about automation and safety.

Chapter 6: The Road Ahead: Visions of a Sustainable Future 56

- Scenarios for the future: Transformative change and the potential of sustainable mobility.
- Smart cities and integrated transportation networks.
- Healthier communities and improved quality of life.
- A global shift towards a low-carbon, equitable future.

Chapter 7: Taking the Wheel: A Call to Action   65

- Individual choices and collective responsibility: Everyday actions for sustainable mobility.
- Empowering communities and advocating for change.
- Building a movement and driving the transformation towards a sustainable future.

TABLE OF CONTENTS

అధ్యాయం 1: కూడలి: నిరంతర రవాణా వ్యవస్థల అవసరత (పర్యావరణ కాలుష్యం, ట్రాఫిక్, ఆరోగ్యం, అసమానతలు) 13

- పరిచయం: ప్రస్తుత రవాణా వ్యవస్థల నిరంతరత (అంటే, ఎక్కువ కాలం నిలబడలేనితనం): పర్యావరణ కాలుష్యం, ట్రాఫిక్, ఆరోగ్య సమస్యలు, అసమానతలు.

- కూడలి: వాతావరణ మార్పులు, వనరుల క్షీణత, నగర విస్తరణ.

- నిరంతర రవాణా నిర్వచనం: కీలక సూత్రాలు మరియు లక్ష్యాలు (కార్బన్ ఉద్గారాల తగ్గింపు, చేరుకోవడం సులభం, సమానత్వం, సామర్థ్యం).

- గ్లోబల్ పరిస్థితి: అంతర్జాతీయ ఒప్పందాలు మరియు లక్ష్యాలు (పారిస్ ఒప్పందం, నిరంతర అభివృద్ధి లక్ష్యాలు).

అధ్యాయం 2: రవాణా పునర్నిర్మాణం: ఒక మార్పు **24**

- కార్-కేంద్రీకృత నమూనాను దాటి వెళ్లడం: కార్ల ఆధిపత్యం మరియు దాని పరిణామాలు.

- ప్రత్యామ్నాయ రవాణా పెరుగుదల: పబ్లిక్ రవాణా, మైక్రోమొబిలిటీ (సైక్లింగ్, నడక), షేర్డ్ మొబిలిటీ మరియు ఎలక్ట్రిక్ వాహనాలు.

- నిరంతరత కోసం నగర ప్రణాళిక: నడక-స్నేహపూరిత నగరాలు, మిశ్రమ-వాడక అభివృద్ధి మరియు హరిత మౌలిక సదుపాయాలు.

- టెక్నాలజికల్ పునర్విభావాలు: ఆటోమేషన్, కనెక్టివిటీ మరియు స్మార్ట్ రవాణా వ్యవస్థలు.

అధ్యాయం 3: మార్పుకు శక్తి: విధానాలు మరియు ప్రోత్సాహకాలు

- ప్రభుత్వ నాయకత్వం: గొప్ప లక్ష్యాలు నిర్దేశించడం, నియంత్రణ ఫ్రేమ్‌వర్క్‌లు మరియు కార్బన్ ధర నిర్ణయం.

- మౌలిక సదుపాయాలలో పెట్టుబడులు: పబ్లిక్ రవాణా విస్తరణ, సైక్లింగ్ మరియు పాదచారుల నెట్‌వర్క్‌లు, మరియు ఛార్జింగ్ మౌలిక సదుపాయాలు.

- ఆర్థిక ప్రోత్సాహకాలు: నిరంతర ఎంపికలకు సబ్సిడీలు, ప్రైవేట్ కార్లకు ప్రతిబంధకాలు (ట్రాఫిక్ ధర నిర్ణయం)

- ప్రజా అవగాహన మరియు ప్రవర్తన మార్పు: విద్య, ప్రచారాలు మరియు కమ్యూనిటీ పాల్గొనడం.

అధ్యాయం 4: మార్పు యంత్రాలు: కీలక ఆటగాళ్ళు మరియు చర్యలు 40

- నగరాలు నాయకులుగా: ప్రపంచవ్యాప్తంగా నూతన నగర రవాణా విధానాలు మరియు ప్రాజెక్ట్లు. మాదిరికి హైదరాబాద్‌లోని ఎలక్ట్రిక్ బస్సులు, బెంగుళూరులోని సైకిల్ ట్రాక్‌లు, ముంబైలోని మెట్రో రైలు వంటివి.

- ప్రైవేట్ రంగం నవీనత: కార్ల తయారీదారులు (టాటా, మహీంద్రా వంటివి ఎలక్ట్రిక్ వాహనాలు తయారు చేయడం), టెక్ కంపెనీలు (ఓలా, ఉబెర్ వంటివి క్యాబ్ షేరింగ్‌ను ప్రోత్సహించడం), మరియు మొబిలిటీ స్టార్టప్‌లు (యెప్లీ‌ట్రో లాంటివి ఎలక్ట్రిక్ స్కూటర్లను అందించడం) మార్పును నడిపిస్తున్నాయి.

- సివిల్ సొసైటీ మరియు స్థానిక ఉద్యమాలు: నిరంతర రవాణా పరిష్కారాల కోసం వాదించడం, జాగృతి కార్యక్రమాలు నిర్వహించడం, ప్రభుత్వాన్ని ఒత్తిడి చేయడం.

- అంతర్జాతీయ సహకారం: జ్ఞానం, ఉత్తమ అభ్యాసాలు మరియు వనరులను పంచుకోవడం, అంతర్జాతీయ ఒప్పందాలను అమలు చేయడం.

అధ్యాయం 5: సవాళ్లను అధిగమించడం: అడ్డంకులు మరియు పరిష్కారాలు 48

- ఖర్చు మరియు affordability: సమానత్వ సమస్యలను పరిష్కరించడం మరియు నిరంతర ఎంపికలను అందుబాటులో ఉంచడం.

- రాజకీయ వ్యతిరేకత: స్వప్రయోజాలను అధిగమించి, మార్పు కోసం వాదించడం.

- మౌలిక సదుపాయాల అంతరాలు మరియు గ్రామీణ రవాణా: గ్రామీణ కమ్యూనిటీలను నిరంతర ఎంపికలతో కనెక్ట్ చేయడం.

- టెక్నాలజికల్ పరిమితులు మరియు ప్రజా ఆదరణ: ఆటోమేషన్ మరియు భద్రత గురించిన ఆందోళనలను పరిష్కరించడం

అధ్యాయం 6: ముందుకు సాగే దారి: నిరంతర భవిష్యత్తు దృష్టికోణాలు 56

- భవిష్యత్తు కోసం దృశ్యాలు: రూపాంతర మార్పు మరియు నిరంతర రవాణా యొక్క సామర్థ్యం.

- స్మార్ట్ నగరాలు మరియు ఏకీకృత రవాణా నెట్‌వర్క్‌లు.

- ఆరోగ్యవంతమైన కమ్యూనిటీలు మరియు మెరుగైన జీవన నాణ్యత.

- తక్కువ కార్బన్, సమానమైన భవిష్యత్తు వైపు ప్రపంచవ్యాప్త మార్పు.

అధ్యాయం 7: చక్రాలను పట్టుకోవడం: చర్యకు పిలుపు 65

- వ్యక్తిగత ఎంపికలు మరియు సామూహిక బాధ్యత: నిరంతర రవాణా కోసం రోజువారీ చర్యలు.

- కమ్యూనిటీలను బలోపేతం చేయడం మరియు మార్పు కోసం వాదించడం.

- నిరంతర భవిష్యత్తు వైపు మార్పు యాత్ర: ఉద్యమాన్ని నిర్మించి, పరివర్తనను నడిపించడం

Chapter 1: Crossroads: The Urgent Need for Sustainable Mobility

అధ్యాయం 1: కూడలి: నిరంతర రవాణా వ్యవస్థల అవసరత (పర్యావరణ కాలుష్యం, ట్రాఫిక్, ఆరోగ్యం, అసమానతలు)

పరిచయం: ప్రస్తుత రవాణా వ్యవస్థల నిరంతరత

ప్రస్తుత రవాణా వ్యవస్థలు అనేక సమస్యలను ఎదుర్కొంటున్నాయి. ఈ సమస్యలలో పర్యావరణ కాలుష్యం, ట్రాఫిక్, ఆరోగ్య సమస్యలు, అసమానతలు ఉన్నాయి. ఈ సమస్యల కారణంగా, ప్రస్తుత రవాణా వ్యవస్థలు నిరంతరంగా ఉండలేవు.

పర్యావరణ కాలుష్యం

ప్రస్తుత రవాణా వ్యవస్థలు పర్యావరణానికి ఒక ప్రధాన సవాళ్లు. వాహనాలు గాలి, నీరు మరియు నేలను కలుషితం చేస్తాయి. ఈ కాలుష్యం ఆరోగ్య సమస్యలకు దారితీస్తుంది మరియు వాతావరణ మార్పులను కూడా ప్రేరేపిస్తుంది.

ట్రాఫిక్

ప్రస్తుత రవాణా వ్యవస్థలు ట్రాఫిక్ జామ్‌లకు దారితీస్తాయి. ట్రాఫిక్ జామ్‌లు ప్రజల సమయాన్ని వృథా చేస్తాయి మరియు వారి ఆరోగ్యాన్ని ప్రభావితం చేస్తాయి.

ఆరోగ్య సమస్యలు

ప్రస్తుత రవాణా వ్యవస్థలు ఆరోగ్య సమస్యలకు దారితీస్తాయి. వాహనాలు విడుదల చేసే కాలుష్యం శ్వాసకోశ సమస్యలు, గుండె జబ్బులు మరియు క్యాన్సర్‌కు దారితీస్తుంది.

అసమానతలు

ప్రస్తుత రవాణా వ్యవస్థలు అసమానతలను పెంచుతాయి. వాహనాలు కొనుగోలు చేయడానికి మరియు నిర్వహించడానికి ఖరీదైనవి, కాబట్టి అధిక-ఆదాయ వ్యక్తులు తరచుగా ప్రజా రవాణాను ఉపయోగించే తక్కువ-ఆదాయ వ్యక్తుల కంటే ఎక్కువ వాహనాలను ఉపయోగిస్తారు.

నిరంతరత

పర్యావరణ కాలుష్యం, ట్రాఫిక్, ఆరోగ్య సమస్యలు మరియు అసమానతలు వంటి సమస్యల కారణంగా, ప్రస్తుత రవాణా వ్యవస్థలు నిరంతరంగా ఉండలేవు. ఈ సమస్యలను పరిష్కరించడానికి, మనం రవాణా వ్యవస్థలను మరింత సమర్థవంతంగా మరియు స్థిరంగా చేయాలి.

రవాణా వ్యవస్థలను మరింత సమర్థవంతంగా మరియు స్థిరంగా చేయడానికి కొన్ని మార్గాలు:

- పర్యావరణ అనుకూలమైన వాహనాలను ప్రోత్సహించండి. ఇది ఎలక్ట్రిక్ వాహనాలు, హైబ్రిడ్ వాహనాలు మరియు సెల్ఫ్-డ్రైవింగ్ వాహనాల వంటి వాహనాలను కలిగి ఉంటుంది.
- ప్రజా రవాణాను మెరుగుపరచండి. ఇది మరింత సౌకర్యవంతమైన మరియు సరసమైన ప్రజా రవాణాను అందించడంతో సహా ఉంటుంది.

- **నడుచుకోవడం, సైక్లింగ్ మరియు పబ్లిక్ ట్రాన్స్‌పోర్ట్ వంటి స్థానిక రవాణాను ప్రోత్సహించండి.

కూడలి: వాతావరణ మార్పులు, వనరుల క్షీణత, నగర విస్తరణ

వాతావరణ మార్పులు, వనరుల క్షీణత మరియు నగర విస్తరణ అనే మూడు ప్రధాన సవాళ్లు మన ప్రపంచాన్ని ఎదుర్కొంటున్నాయి. ఈ సమస్యలు ఒకదానికొకటి ముడిపడి ఉన్నాయి మరియు అవి పరస్పరం నాశనం చేస్తాయి.

వాతావరణ మార్పులు

వాతావరణ మార్పులు ఈ మూడు సవాళ్లకు మూలం. పెరుగుతున్న హరితగృహ వాయువుల ఉద్గారాలు భూమి యొక్క ఉష్ణోగ్రతను పెంచుతాయి, ఇది కరువులు, తుఫానులు మరియు ఇతర వాతావరణ విపత్తులకు దారితీస్తుంది. ఈ వాతావరణ విపత్తులు వనరుల క్షీణతను మరింత తీవ్రతరం చేస్తాయి మరియు నగర విస్తరణను అధికం చేస్తాయి.

వనరుల క్షీణత

వాతావరణ మార్పులు వనరుల క్షీణతను కూడా తీవ్రతరం చేస్తాయి. హరితగృహ వాయువుల ఉద్గారాలు భూమి యొక్క వాతావరణాన్ని మారుస్తాయి, ఇది వ్యవసాయం, నీటి వినియోగం మరియు ఇతర వనరులను ప్రభావితం చేస్తుంది. వనరుల క్షీణత నగర విస్తరణను కూడా అధికం చేస్తుంది, ఎందుకంటే ప్రజలు వనరులకు దగ్గరగా నివసించడానికి ప్రయత్నిస్తారు.

నగర విస్తరణ

వాతావరణ మార్పులు మరియు వనరుల క్షీణత నగర విస్తరణను కూడా ప్రోత్సహిస్తాయి. ప్రజలు వాతావరణ మార్పుల నుండి రక్షించుకోవడానికి మరియు వనరులకు దగ్గరగా నివసించడానికి నగరాలకు వలస వెళతారు. నగర విస్తరణ పర్యావరణ మార్పులను మరింత తీవ్రతరం చేస్తుంది, ఎందుకంటే నగరాలు భూమి యొక్క భూభాగాన్ని ఆక్రమిస్తాయి మరియు కాలుష్యాన్ని ఉత్పత్తి చేస్తాయి.

సమస్యలను పరిష్కరించడానికి మార్గాలు

ఈ సమస్యలను పరిష్కరించడానికి, మనం వాటిని ఒకే సమస్యగా చూడాలి. మనం వాతావరణ మార్పులను తగ్గించడానికి, వనరులను సంరక్షించడానికి మరియు నగర విస్తరణను నియంత్రించడానికి కలిసి పని చేయాలి.

వాతావరణ మార్పులను తగ్గించడానికి కొన్ని మార్గాలు:

- పర్యావరణ అనుకూలమైన శక్తి వనరులను ఉపయోగించండి. ఇది సౌర, పవన మరియు జల విద్యుత్ వంటి శక్తి వనరులను కలిగి ఉంటుంది.

- సామూహిక రవాణాను ప్రోత్సహించండి. ఇది బస్సులు, రైళ్లు మరియు మెట్రో వంటి రవాణా వనరులను కలిగి ఉంటుంది.

నిరంతర రవాణా నిర్వచనం

నిరంతర రవాణా అనేది ప్రస్తుత మరియు భవిష్యత్ తరాలకు మద్దతు ఇవ్వే రవాణా వ్యవస్థలను అభివృద్ధి చేయడంపై దృష్టి పెడుతుంది. ఇది పర్యావరణ, సామాజిక మరియు ఆర్థిక సమస్యలను పరిష్కరించే రవాణా వ్యవస్థలను సృష్టించే లక్ష్యాన్ని కలిగి ఉంది.

నిరంతర రవాణా యొక్క కీలక సూత్రాలు

నిరంతర రవాణా యొక్క కీలక సూత్రాలు క్రింది విధంగా ఉన్నాయి:

- కార్బన్ ఉద్గారాల తగ్గింపు: నిరంతర రవాణా వ్యవస్థలు పర్యావరణానికి మద్దతు ఇవ్వడానికి కాలుష్యాన్ని తగ్గించడంపై దృష్టి పెడతాయి. ఇది పర్యావరణ అనుకూలమైన వాహనాలను ఉపయోగించడం, సామూహిక రవాణాను ప్రోత్సహించడం మరియు నడుచుకోవడం, సైక్లింగ్ మరియు ఇతర స్థానిక రవాణా రూపాలను ప్రోత్సహించడం ద్వారా సాధించవచ్చు.
- చేరుకోవడం సులభం: నిరంతర రవాణా వ్యవస్థలు అందరికీ అందుబాటులో ఉండాలి. ఇది పార్కింగ్ ఖర్చులను తగ్గించడం, పబ్లిక్ ట్రాన్స్‌పోర్ట్ నెట్‌వర్క్‌లను మెరుగుపరచడం మరియు స్థానిక రవాణా రూపాలను మెరుగుపరచడం ద్వారా సాధించవచ్చు.
- సమానత్వం: నిరంతర రవాణా వ్యవస్థలు అందరికీ సమానంగా అందుబాటులో ఉండాలి. ఇది సరసమైన ప్రజా రవాణాను అందించడం, నడుచుకోవడానికి

మరియు సైక్లింగ్ చేయడానికి సురక్షితమైన మార్గాలను అందించడం మరియు అన్ని ఆదాయ స్థాయిల ప్రజలకు రవాణా ఎంపికలను అందించడం ద్వారా సాధించవచ్చు.

- సామర్థ్యం: నిరంతర రవాణా వ్యవస్థలు సమర్థవంతంగా ఉండాలి. ఇది రవాణా వనరులను సమర్థవంతంగా ఉపయోగించడం ద్వారా సాధించవచ్చు.

నిరంతర రవాణా యొక్క లక్ష్యాలు

నిరంతర రవాణా యొక్క కొన్ని ప్రధాన లక్ష్యాలు క్రింది విధంగా ఉన్నాయి:

- పర్యావరణ కాలుష్యాన్ని తగ్గించండి.
- వాతావరణ మార్పులను నివారించండి లేదా తగ్గించండి.
- ఆరోగ్యాన్ని మెరుగుపరచండి.
- నగర వాతావరణాన్ని మెరుగుపరచండి.
- వనరులను సంరక్షించండి.
- అసమానతలను తగ్గించండి.
- సామాజిక సమగ్రతను మెరుగుపరచండి.

నిరంతర రవాణా యొక్క ప్రాముఖ్యత

నిరంతర రవాణా యొక్క ప్రాముఖ్యత అనేక విధాలుగా ఉంది. ఇది పర్యావరణానికి, ఆరోగ్యానికి, సమాజానికి మరియు ఆర్థిక వ్యవస్థకు లాభదాయకం.

పర్యావరణ ప్రయోజనాలు

నిరంతర రవాణా పర్యావరణానికి చాలా ప్రయోజనకరంగా ఉంటుంది. ఇది గాలి, నీరు మరియు నేల కాలుష్యాన్ని తగ్గించడంలో సహాయపడుతుంది. పర్యావరణ అనుకూలమైన వాహనాలు శక్తిని మరింత సమర్థవంతంగా ఉపయోగిస్తాయి మరియు פחות కాలుష్యాన్ని ఉత్పత్తి చేస్తాయి. సామూహిక రవాణా మరియు స్థానిక రవాణా కూడా కాలుష్యాన్ని తగ్గించడంలో సహాయపడతాయి.

ఆరోగ్య ప్రయోజనాలు

నిరంతర రవాణా ఆరోగ్యానికి కూడా ప్రయోజనకరంగా ఉంటుంది. పర్యావరణ కాలుష్యం శ్వాసకోశ సమస్యలు, గుండె జబ్బులు మరియు క్యాన్సర్ వంటి ఆరోగ్య సమస్యలకు కారణమవుతుంది. నిరంతర రవాణా పర్యావరణ కాలుష్యాన్ని తగ్గించడం ద్వారా ఈ ఆరోగ్య సమస్యల ప్రమాదాన్ని తగ్గిస్తుంది.

సామాజిక ప్రయోజనాలు

నిరంతర రవాణా సమాజానికి కూడా ప్రయోజనకరంగా ఉంటుంది. ఇది అసమానతలను తగ్గించడంలో సహాయపడుతుంది. పెద్ద వాహనాలు సాధారణంగా చిన్న వాహనాల కంటే ఖరీదైనవి. నిరంతర రవాణా అందరికీ అందుబాటులో ఉండేలా చేస్తుంది, ఇది అసమానతలను తగ్గించడంలో సహాయపడుతుంది.

సామూహిక రవాణా

ఆర్థిక ప్రయోజనాలు

నిరంతర రవాణా ఆర్థిక వ్యవస్థకు కూడా ప్రయోజనకరంగా ఉంటుంది. ఇది ట్రాఫిక్ జామ్‌లను తగ్గించడంలో సహాయపడుతుంది, ఇది సమయాన్ని మరియు ఇంధనాన్ని ఆదా చేస్తుంది. ఇది నగర వాతావరణాన్ని మెరుగుపరచడంలో కూడా సహాయపడుతుంది, ఇది స్థిరాస్తి విలువను పెంచుతుంది.

నిరంతర రవాణా ప్రపంచవ్యాప్తంగా పెరుగుతున్న ఒక ప్రధాన ప్రాధాన్యత. ఇది పర్యావరణానికి, ఆరోగ్యానికి, సమాజానికి మరియు ఆర్థిక వ్యవస్థకు లాభదాయకం.

గ్లోబల్ పరిస్థితి: అంతర్జాతీయ ఒప్పందాలు మరియు లక్ష్యాలు

ప్రపంచం అనేక సవాళ్లను ఎదుర్కొంటోంది. వాటిలో వాతావరణ మార్పులు, వనరుల క్షీణత, నగర విస్తరణ మరియు పేదరికం ఉన్నాయి. ఈ సవాళ్లను పరిష్కరించడానికి, ప్రపంచ దేశాలు కలిసి పని చేయాలి.

అంతర్జాతీయ ఒప్పందాలు

అంతర్జాతీయ ఒప్పందాలు ప్రపంచ దేశాల మధ్య సహకారానికి ఒక మార్గం. ఈ ఒప్పందాలు సాధారణంగా ప్రపంచవ్యాప్తంగా ఒక నిర్దిష్ట సమస్యను పరిష్కరించడానికి లక్ష్యంగా పెట్టుకుంటాయి.

పారిస్ ఒప్పందం

పారిస్ ఒప్పందం వాతావరణ మార్పులను ఎదుర్కోవడానికి ప్రపంచ దేశాల మధ్య ఒక ఒప్పందం. ఈ ఒప్పందం 21వ శతాబ్దం చివరి నాటికి ప్రపంచ ఉష్ణోగ్రతను 2 డిగ్రీల సెల్సియస్ కంటే తక్కువగా ఉంచడానికి లక్ష్యంగా పెట్టుకుంది.

నిరంతర అభివృద్ధి లక్ష్యాలు

నిరంతర అభివృద్ధి లక్ష్యాలు (SDGs) 2030 నాటికి ప్రపంచవ్యాప్తంగా పేదరికం, ఆకలి, అనారోగ్యం మరియు అసమానతలను తగ్గించడానికి ఒక ప్రపంచ ప్రణాళిక. ఈ లక్ష్యాలు 17 విభిన్న అంశాలను కవర్ చేస్తాయి, వీటిలో

పర్యావరణ, ఆరోగ్యం, విద్య మరియు సామాజిక న్యాయం ఉన్నాయి.

గ్లోబల్ పరిస్థితి

పారిస్ ఒప్పందం మరియు SDGలు ప్రపంచవ్యాప్తంగా సహకారానికి మరియు మార్పులకు ఒక ముఖ్యమైన మార్గాన్ని అందిస్తాయి. అయినప్పటికీ, ఈ ఒప్పందాలు ఇప్పటికీ పూర్తిగా అమలు చేయబడలేదు.

భారతదేశం

భారతదేశం పారిస్ ఒప్పందం మరియు SDGలకు అంగీకరించింది. ఈ ఒప్పందాలను అమలు చేయడానికి, భారతదేశం పర్యావరణ అనుకూలమైన సాంకేతికతలను అభివృద్ధి చేయడం, సామాజిక సేవలను మెరుగుపరచడం మరియు అసమానతలను తగ్గించడం వంటి పనులను చేస్తోంది.

భవిష్యత్తు

గ్లోబల్ పరిస్థితి యొక్క భవిష్యత్తు స్పష్టంగా లేదు. అయితే, ప్రపంచ దేశాలు పారిస్ ఒప్పందం మరియు SDGలను అమలు చేయడానికి కృషి చేస్తే, ప్రపంచంలో మార్పులను సాధించడానికి ఒక అవకాశం ఉంది.

Chapter 2: Rethinking Transportation: A Paradigm Shift

అధ్యాయం 2: రవాణా పునర్నిర్మాణం: ఒక మార్పు

కార్-కేంద్రీకృత నమూనాను దాటి వెళ్లడం: కార్ల ఆధిపత్యం మరియు దాని పరిణామాలు

పారిశ్రామిక విప్లవం నుండి, కారులు మన జీవితంలో ఒక ప్రధాన పాత్ర పోషించాయి. అవి మనకు స్వేచ్ఛ మరియు స్వతంత్రతను అందిస్తాయి, మనం ఎక్కడికి వెళ్లాలనుకుంటున్నామో వెళ్లడానికి మనకు అనుమతి ఇస్తాయి. అయితే, కార్ల ఆధిపత్యం అనేక సమస్యలకు దారితీసింది, వీటిలో పర్యావరణ కాలుష్యం, ట్రాఫిక్ జామ్‌లు మరియు అసమానతలు ఉన్నాయి.

కార్ల ఆధిపత్యం యొక్క కారణాలు

కార్ల ఆధిపత్యానికి అనేక కారణాలు ఉన్నాయి. వాటిలో కొన్ని:

- ఆర్థిక వృద్ధి: పెరుగుతున్న ఆర్థిక వృద్ధితో, ప్రజలు కార్లను కొనుగోలు చేయడానికి మరింత సామర్థ్యం కలిగి ఉన్నారు.
- ప్రభుత్వ విధానాలు: అనేక ప్రభుత్వాలు కార్లను ప్రోత్సహించే విధానాలను అమలు చేశాయి, వీటిలో రహదారుల నిర్మాణం మరియు మోటార్ వాహనాలపై పన్నులు తగ్గించడం ఉన్నాయి.

- సంస్కృతి: కారులు సంపద మరియు స్థితి యొక్క చిహ్నాలుగా మారడంతో, కార్లను కలిగి ఉండటం చాలా మంది ప్రజలకు ముఖ్యమైనదిగా మారింది.

కార్ల ఆధిపత్యం యొక్క పరిణామాలు

కార్ల ఆధిపత్యం అనేక సమస్యలకు దారితీసింది, వీటిలో కొన్ని:

- పర్యావరణ కాలుష్యం: కారులు గాలి, నీరు మరియు నేల కాలుష్యానికి ప్రధాన వనరుగా ఉన్నాయి.
- ట్రాఫిక్ జామ్‌లు: కార్ల మొత్తం పెరగడంతో, ట్రాఫిక్ జామ్‌లు మరింత సాధారణంగా మారుతున్నాయి.
- అసమానతలు: కార్ల ఖరీదైనవి, కాబట్టి అవి అధిక-ఆదాయ వ్యక్తులకు అందుబాటులో ఉంటాయి. ఇది అసమానతలను పెంచుతుంది.

కార్-కేంద్రీకృత నమూనాను దాటి వెళ్లడానికి మార్గాలు

కార్-కేంద్రీకృత నమూనాను దాటి వెళ్లడానికి అనేక మార్గాలు ఉన్నాయి. వాటిలో కొన్ని:

- పర్యావరణ అనుకూలమైన ట్రాన్స్‌పోర్ట్‌ను ప్రోత్సహించడం: ఇది ఎలక్ట్రిక్ వాహనాలు, పబ్లిక్ ట్రాన్స్‌పోర్ట్ మరియు నడుచుకోవడం మరియు సైక్లింగ్ వంటి స్థానిక రవాణాను ప్రోత్సహించడం ద్వారా చేయవచ్చు.

ప్రత్యామ్నాయ రవాణా పెరుగుదల: పబ్లిక్ రవాణా, మైక్రోమొబిలిటీ (సైక్లింగ్, నడక), షేర్డ్ మొబిలిటీ మరియు ఎలక్ట్రిక్ వాహనాలు

ప్రస్తుత రోజుల్లో, ప్రజలు రవాణా కోసం కార్లను ఆధారపడటం కంటే తక్కువగా ఉన్నారు. పర్యావరణ కాలుష్యం, ట్రాఫిక్ జామ్‌లు మరియు అసమానతల వంటి సమస్యల కారణంగా, ప్రజలు ప్రత్యామ్నాయ రవాణా మార్గాలను అన్వేషిస్తున్నారు.

పబ్లిక్ రవాణా

పబ్లిక్ రవాణా అనేది ప్రజలు సాధారణంగా ఉపయోగించే ప్రత్యామ్నాయ రవాణా మార్గం. ఇది బస్సులు, రైళ్లు, మెట్రో మరియు ఫ్లీట్ బస్సులను కలిగి ఉంటుంది. పబ్లిక్ రవాణా అనేక ప్రయోజనాలను కలిగి ఉంది, వీటిలో:

- పర్యావరణ కాలుష్యాన్ని తగ్గిస్తుంది.
- ట్రాఫిక్ జామ్‌లను తగ్గిస్తుంది.
- అసమానతలను తగ్గిస్తుంది.

మైక్రోమొబిలిటీ (సైక్లింగ్, నడక)

మైక్రోమొబిలిటీ అనేది చిన్న దూరాల కోసం రవాణా కోసం నడుచుకోవడం, సైక్లింగ్ మరియు ఇతర స్వల్ప-దూర రవాణా మార్గాలను ఉపయోగించడం. మైక్రోమొబిలిటీ అనేక ప్రయోజనాలను కలిగి ఉంది, వీటిలో:

- పర్యావరణ కాలుష్యాన్ని తగ్గిస్తుంది.
- ఆరోగ్యాన్ని మెరుగుపరుస్తుంది.

- ట్రాఫిక్ జామ్‌లను తగ్గిస్తుంది.

షేర్డ్ మొబిలిటీ

షేర్డ్ మొబిలిటీ అనేది కారులు, బైక్‌లు, స్కూటర్లు మరియు ఇతర రవాణా సాధనాలను ఇతరులతో పంచుకోవడం. షేర్డ్ మొబిలిటీ అనేక ప్రయోజనాలను కలిగి ఉంది, వీటిలో:

- పర్యావరణ కాలుష్యాన్ని తగ్గిస్తుంది.
- ఆర్థికంగా సమర్థవంతమైనది.
- ట్రాఫిక్ జామ్‌లను తగ్గిస్తుంది.

ఎలక్ట్రిక్ వాహనాలు

ఎలక్ట్రిక్ వాహనాలు పాత వాహనాల కంటే పర్యావరణ అనుకూలమైనవి. అవి గాలి కాలుష్యాన్ని తగ్గిస్తాయి మరియు శక్తిని మరింత సమర్థవంతంగా ఉపయోగిస్తాయి. ఎలక్ట్రిక్ వాహనాలు ఇప్పటికీ ఖరీదైనవి, కానీ అవి ధరలో తగ్గుతున్నాయి.

భవిష్యత్తు

ప్రత్యామ్నాయ రవాణా పెరుగుదల భవిష్యత్తులో కొనసాగుతుందని భావిస్తున్నారు.

నిరంతరత కోసం నగర ప్రణాళిక: నడక-స్నేహపూరిత నగరాలు, మిశ్రమ-వాడక అభివృద్ధి మరియు హరిత మౌలిక సదుపాయాలు

నిరంతర నగరాలు అంటే భవిష్యత్తు కోసం స్థిరంగా ఉండే నగరాలు. అవి పర్యావరణానికి హాని కలిగించకుండా, ఆర్థికంగా సమర్థవంతంగా మరియు సామాజికంగా న్యాయంగా ఉండాలి.

నిరంతర నగరాలను నిర్మించడానికి, నగర ప్రణాళికలు కొన్ని కీలక అంశాలపై దృష్టి పెట్టాలి. వాటిలో నడక-స్నేహపూరిత నగరాలు, మిశ్రమ-వాడక అభివృద్ధి మరియు హరిత మౌలిక సదుపాయాలు ఉన్నాయి.

నడక-స్నేహపూరిత నగరాలు

నడక-స్నేహపూరిత నగరాలు ప్రజలు నడవడానికి మరియు సైక్లింగ్ చేయడానికి సులభమైన నగరాలు. వీటిలో విస్తృతమైన పాదచారు మార్గాలు, సైక్లింగ్ మార్గాలు మరియు సురక్షితమైన ట్రాఫిక్ నియమాలు ఉన్నాయి. నడక-స్నేహపూరిత నగరాలు పర్యావరణ కాలుష్యాన్ని తగ్గించడంలో సహాయపడతాయి, ఆరోగ్యాన్ని మెరుగుపరుస్తాయి మరియు నగర వాతావరణాన్ని మెరుగుపరుస్తాయి.

మిశ్రమ-వాడక అభివృద్ధి

మిశ్రమ-వాడక అభివృద్ధి అనేది నివాసాలు, వ్యాపారాలు మరియు సేవలను ఒకే ప్రాంతంలో ఉన్న ఒక రకమైన అభివృద్ధి. మిశ్రమ-వాడక అభివృద్ధి నగరాలను మరింత జీవనశైలిని సౌకర్యవంతం చేస్తుంది, పర్యావరణ కాలుష్యాన్ని

తగ్గిస్తుంది మరియు సమాజాన్ని మరింత సమర్థవంతంగా చేస్తుంది.

హరిత మౌలిక సదుపాయాలు

హరిత మౌలిక సదుపాయాలు అనేవి నగరాలలోని పచ్చదనాన్ని మెరుగుపరచడానికి రూపొందించిన నిర్మాణాలు. వీటిలో పార్కులు, తోటలు, చెరువులు మరియు ఇతర హరిత ప్రాంతాలు ఉన్నాయి. హరిత మౌలిక సదుపాయాలు పర్యావరణ కాలుష్యాన్ని తగ్గించడంలో, ఆరోగ్యాన్ని మెరుగుపరచడంలో మరియు నగర వాతావరణాన్ని మెరుగుపరచడంలో సహాయపడతాయి.

నిరంతర నగరాల కోసం భవిష్యత్తు

నిరంతర నగరాలు భవిష్యత్తు కోసం స్థిరమైన మరియు సుస్థిరమైన అభివృద్ధి మార్గాన్ని అందిస్తాయి. ప్రపంచవ్యాప్తంగా, అనేక నగరాలు నిరంతర నగరాలను నిర్మించడానికి కృషి చేస్తున్నాయి. ఈ ప్రయత్నాలు భవిష్యత్తులో మన నగరాలను మరింత ఆరోగ్యకరమైన, స్థిరమైన మరియు సమర్థవంతమైనవిగా చేయడంలో సహాయపడతాయి.

టెక్నాలజికల్ పునర్విభావాలు: ఆటోమేషన్, కనెక్టివిటీ మరియు స్మార్ట్ రవాణా వ్యవస్థలు

టెక్నాలజీ రవాణా రంగంలో ఒక పునర్విభావాన్ని సృష్టిస్తోంది. ఆటోమేషన్, కనెక్టివిటీ మరియు స్మార్ట్ రవాణా వ్యవస్థలు వంటి కొత్త సాంకేతికతలు రవాణాను మరింత సమర్థవంతంగా, సురక్షితంగా మరియు స్థిరంగా చేయడంలో సహాయపడుతున్నాయి.

ఆటోమేషన్

ఆటోమేషన్ అనేది రవాణాలో ఒక ముఖ్యమైన ట్రెండ్. ఆటోమేటెడ్ కారులు, బస్సులు, రైళ్లు మరియు ఫ్లైట్‌లు ఇప్పటికే అభివృద్ధిలో ఉన్నాయి మరియు భవిష్యత్తులో రవాణా రంగంలో ప్రధాన పాత్ర పోషించే అవకాశం ఉంది.

ఆటోమేషన్ రవాణాను మరింత సమర్థవంతంగా చేస్తుంది. ఆటోమేటెడ్ వాహనాలు మానవ డ్రైవర్‌ల కంటే తక్కువ తప్పులు చేస్తాయి మరియు ట్రాఫిక్ జామ్‌లను తగ్గించడంలో సహాయపడతాయి. అవి రోడ్డు భద్రతను మెరుగుపరుస్తాయి మరియు పర్యావరణ కాలుష్యాన్ని తగ్గిస్తాయి.

కనెక్టివిటీ

కనెక్టివిటీ అనేది రవాణాలో మరొక ముఖ్యమైన ట్రెండ్. కనెక్ట్ చేయబడిన వాహనాలు ఇతర వాహనాలు, రహదారులు మరియు ఇతర వాతావరణ పరిస్థితులతో డేటాను పంచుకోగలవు. ఇది రవాణాను మరింత సమర్థవంతంగా మరియు సురక్షితంగా చేయడంలో సహాయపడుతుంది.

కనెక్ట్ చేయబడిన వాహనాలు ట్రాఫిక్ జామ్‌లను తగ్గించడంలో సహాయపడతాయి. అవి రోడ్డు భద్రతను మెరుగుపరుస్తాయి, తద్వారా ప్రమాదాల సంఖ్యను తగ్గిస్తాయి మరియు ప్రమాదాల నుండి తప్పించుకోవడానికి ప్రజలకు సహాయపడతాయి. అవి పర్యావరణ కాలుష్యాన్ని తగ్గించడంలో సహాయపడతాయి, తద్వారా గాలి మరియు నీటి నాణ్యతను మెరుగుపరుస్తాయి.

స్మార్ట్ రవాణా వ్యవస్థలు

స్మార్ట్ రవాణా వ్యవస్థలు అనేవి రవాణాను మరింత సమర్థవంతంగా మరియు సురక్షితంగా చేయడానికి సాంకేతికతను ఉపయోగించే వ్యవస్థలు. ఈ వ్యవస్థలు రహదారులను పర్యవేక్షించడానికి, ట్రాఫిక్ను నిర్వహించడానికి మరియు ప్రజలకు రవాణాను సులభతరం చేయడానికి ఉపయోగించవచ్చు.

స్మార్ట్ రవాణా వ్యవస్థలు ట్రాఫిక్ జామ్‌లను తగ్గించడంలో సహాయపడతాయి.

Chapter 3: Powering the Shift: Policies and Incentives

అధ్యాయం 3: మార్పుకు శక్తి: విధానాలు మరియు ప్రోత్సాహకాలు

ప్రభుత్వ నాయకత్వం: గొప్ప లక్ష్యాలు నిర్దేశించడం, నియంత్రణ ఫ్రేమ్‌వర్క్‌లు మరియు కార్బన్ ధర నిర్ణయం

ప్రభుత్వాలు రవాణా శక్తిని తగ్గించడానికి మరియు స్థిరమైన రవాణా వ్యవస్థను నిర్మించడానికి ముఖ్యమైన పాత్ర పోషిస్తాయి. ప్రభుత్వాలు గొప్ప లక్ష్యాలు నిర్దేశించడం, నియంత్రణ ఫ్రేమ్‌వర్క్‌లను అమలు చేయడం మరియు కార్బన్ ధర నిర్ణయం వంటి విధానాల ద్వారా ఈ లక్ష్యాలను సాధించవచ్చు.

గొప్ప లక్ష్యాలు నిర్దేశించడం

ప్రభుత్వాలు మొదట రవాణా శక్తిని తగ్గించడానికి మరియు స్థిరమైన రవాణా వ్యవస్థను నిర్మించడానికి గొప్ప లక్ష్యాలను నిర్దేశించాలి. ఈ లక్ష్యాలు నిర్దిష్టంగా మరియు సాధ్యమైనవిగా ఉండాలి. అవి ప్రజలకు మరియు వ్యాపారాలకు స్పష్టమైన దిశను అందించాలి మరియు వారిని ఈ లక్ష్యాలను సాధించడానికి ప్రేరేపించాలి.

ఉదాహరణకు, భారతదేశ ప్రభుత్వం 2030 నాటికి దాని కాలుష్యాన్ని 33-35% తగ్గించాలని లక్ష్యంగా పెట్టుకుంది. ఈ లక్ష్యం స్పష్టంగా మరియు సాధ్యమైనది మరియు భారతదేశాన్ని రవాణా శక్తిని తగ్గించడంలో ముందంజలో ఉంచడానికి సహాయపడుతుంది.

నియంత్రణ ఫ్రేమ్‌వర్క్‌లు

ప్రభుత్వాలు రవాణా శక్తిని తగ్గించడానికి మరియు స్థిరమైన రవాణా వ్యవస్థను నిర్మించడానికి నియంత్రణ ఫ్రేమ్‌వర్క్‌లను అమలు చేయవచ్చు. ఈ ఫ్రేమ్‌వర్క్‌లు పర్యావరణ అనుకూలమైన రవాణాను ప్రోత్సహించడానికి మరియు పర్యావరణ అనుకూలతకు భారం పెట్టే రవాణాను నిరోధించడానికి ఉపయోగించవచ్చు.

ఉదాహరణకు, భారతదేశ ప్రభుత్వం కొత్త కార్లపై పన్నులు పెంచడం ద్వారా కాలుష్యాన్ని తగ్గించడానికి ప్రయత్నిస్తోంది. ఈ పన్ను కొత్త కార్ల ధరను పెంచుతుంది మరియు వినియోగదారులను మరింత పర్యావరణ అనుకూలమైన వాహనాలను ఎంచుకోవడానికి ప్రోత్సహిస్తుంది.

కార్బన్ ధర నిర్ణయం

కార్బన్ ధర నిర్ణయం అనేది పర్యావరణ అనుకూలమైన రవాణాను ప్రోత్సహించడానికి మరియు పర్యావరణ అనుకూలతకు భారం పెట్టే రవాణాను నిరోధించడానికి మరొక ప్రభావవంతమైన విధానం. కార్బన్ ధర నిర్ణయం అనేది కార్బన్ ఉద్గారాల కోసం ఒక ధరను నిర్దేశించే ప్రక్రియ.

మౌలిక సదుపాయాలలో పెట్టుబడులు: పబ్లిక్ రవాణా విస్తరణ, సైక్లింగ్ మరియు పాదచారుల నెట్‌వర్క్‌లు, మరియు ఛార్జింగ్ మౌలిక సదుపాయాలు

రవాణా శక్తిని తగ్గించడానికి మరియు స్థిరమైన రవాణా వ్యవస్థను నిర్మించడానికి మౌలిక సదుపాయాలలో పెట్టుబడులు చాలా ముఖ్యం. మౌలిక సదుపాయాలు ప్రజలకు మరియు వ్యాపారాలకు రవాణా ఎంపికలను అందిస్తాయి మరియు వారిని ప్రభావవంతమైన రవాణా మార్గాలను ఉపయోగించడానికి ప్రోత్సహిస్తాయి.

పబ్లిక్ రవాణా విస్తరణ

పబ్లిక్ రవాణా అనేది రవాణా శక్తిని తగ్గించడానికి మరియు స్థిరమైన రవాణా వ్యవస్థను నిర్మించడానికి ఒక ముఖ్యమైన మార్గం. పబ్లిక్ రవాణా విస్తరణ అనేది కొత్త రవాణా మార్గాలను నిర్మించడం లేదా ప్రస్తుత రవాణా మార్గాలను మెరుగుపరచడం.

పబ్లిక్ రవాణా విస్తరణ అనేక ప్రయోజనాలను కలిగి ఉంది. ఇది రవాణా శక్తిని తగ్గిస్తుంది, గాలి కాలుష్యాన్ని తగ్గిస్తుంది, ట్రాఫిక్ జామ్‌లను తగ్గిస్తుంది మరియు ఆరోగ్యాన్ని మెరుగుపరుస్తుంది.

సైక్లింగ్ మరియు పాదచారుల నెట్‌వర్క్‌లు

సైక్లింగ్ మరియు పాదచారుల నెట్‌వర్క్‌లు కూడా రవాణా శక్తిని తగ్గించడానికి మరియు స్థిరమైన రవాణా వ్యవస్థను నిర్మించడానికి ఒక ముఖ్యమైన మార్గం. సైక్లింగ్ మరియు పాదచారుల నెట్‌వర్క్‌ల విస్తరణ అనేది సైక్లింగ్ మరియు

పాదచారులకు సురక్షితమైన మరియు ఆహ్లాదకరమైన మార్గాలను అందించడం.

సైక్లింగ్ మరియు పాదచారుల నెట్‌వర్క్‌ల విస్తరణ అనేక ప్రయోజనాలను కలిగి ఉంది. ఇది రవాణా శక్తిని తగ్గిస్తుంది, గాలి కాలుష్యాన్ని తగ్గిస్తుంది, ఆరోగ్యాన్ని మెరుగుపరుస్తుంది మరియు నగరాలను మరింత ఆహ్లాదకరమైన ప్రదేశాలుగా మారుస్తుంది.

ఛార్జింగ్ మౌలిక సదుపాయాలు

ఛార్జింగ్ మౌలిక సదుపాయాల విస్తరణ అనేది విద్యుత్ వాహనాల (EV) విస్తరణకు ఒక ముఖ్యమైన మార్గం. ఛార్జింగ్ మౌలిక సదుపాయాల విస్తరణ అనేది EV యజమానులకు వారి వాహనాలను సులభంగా మరియు సౌకర్యవంతంగా ఛార్జ్ చేయడానికి అనుమతిస్తుంది.

ఛార్జింగ్ మౌలిక సదుపాయాల విస్తరణ అనేక ప్రయోజనాలను కలిగి ఉంది.

ఆర్థిక ప్రోత్సాహకాలు: నిరంతర ఎంపికలకు సబ్సిడీలు, ప్రైవేట్ కార్లకు ప్రతిబంధకాలు (ట్రాఫిక్ ధర నిర్ణయం)

రవాణా శక్తిని తగ్గించడానికి మరియు స్థిరమైన రవాణా వ్యవస్థను నిర్మించడానికి ఆర్థిక ప్రోత్సాహకాలు ఒక ముఖ్యమైన మార్గం. ఆర్థిక ప్రోత్సాహకాలు ప్రజలను ప్రభావవంతమైన రవాణా మార్గాలను ఉపయోగించడానికి ప్రోత్సహించడానికి ఉపయోగించవచ్చు.

నిరంతర ఎంపికలకు సబ్సిడీలు

నిరంతర ఎంపికలకు సబ్సిడీలు అనేవి ప్రజలకు పబ్లిక్ రవాణా, సైక్లింగ్ మరియు పాదచారుల వంటి ప్రభావవంతమైన రవాణా ఎంపికలను ఉపయోగించడం సులభతరం చేయడానికి ఉపయోగించే ప్రోత్సాహకాలు.

నిరంతర ఎంపికలకు సబ్సిడీలు అనేక రూపాల్లో రావచ్చు. వాటిలో కొన్ని:

- పబ్లిక్ రవాణా టిక్కెట్‌లకు లేదా సబ్‌స్క్రిప్షన్‌లకు సబ్సిడీలు
- సైక్లింగ్ మరియు పాదచారుల కోసం సౌకర్యాలను మెరుగుపరచడానికి నిధులు
- నిరంతర ఎంపికలను ఎంచుకునే ప్రజలకు ఆదాయ పన్ను ప్రయోజనాలు

నిరంతర ఎంపికలకు సబ్సిడీలు ప్రజలను ప్రభావవంతమైన రవాణా ఎంపికలను ఉపయోగించడానికి ప్రోత్సహించడంలో సహాయపడతాయి. అవి రవాణా శక్తిని తగ్గించడంలో మరియు గాలి కాలుష్యాన్ని తగ్గించడంలో సహాయపడతాయి.

ప్రైవేట్ కార్లకు ప్రతిబంధకాలు (ట్రాఫిక్ ధర నిర్ణయం)

ప్రైవేట్ కార్లకు ప్రతిబంధకాలు అనేవి ప్రజలను ప్రభావవంతమైన రవాణా ఎంపికలను ఉపయోగించడానికి ప్రోత్సహించడానికి ఉపయోగించే ప్రోత్సాహకాలు. ప్రైవేట్ కార్లకు ప్రతిబంధకాలు ప్రైవేట్ కార్లను ఉపయోగించడం ఖరీదైనదిగా లేదా అసౌకర్యకరంగా చేస్తాయి.

ప్రైవేట్ కార్లకు ప్రతిబంధకాల కొన్ని ఉదాహరణలు:

- పార్కింగ్ ధరలను పెంచడం
- సిటీ సెంటర్లలో ప్రవేశించడానికి టోల్లను విధించడం
- కార్లపై పన్నులను పెంచడం

ప్రైవేట్ కార్లకు ప్రతిబంధకాలు ప్రజలను ప్రభావవంతమైన రవాణా ఎంపికలను ఉపయోగించడానికి ప్రోత్సహించడంలో సహాయపడతాయి. అవి రవాణా శక్తిని తగ్గించడంలో మరియు గాలి కాలుష్యాన్ని తగ్గించడంలో సహాయపడతాయి.

ప్రజా అవగాహన మరియు ప్రవర్తన మార్పు: విద్య, ప్రచారాలు మరియు కమ్యూనిటీ పాల్గొనడం

రవాణా శక్తిని తగ్గించడానికి మరియు స్థిరమైన రవాణా వ్యవస్థను నిర్మించడానికి ప్రజా అవగాహన మరియు ప్రవర్తన మార్పు చాలా ముఖ్యం. ప్రజలు రవాణా యొక్క పర్యావరణ ప్రభావాల గురించి అవగాహన కలిగి ఉంటే, వారు ప్రభావవంతమైన రవాణా ఎంపికలను ఎంచుకోవడానికి మరింత అవకాశం ఉంది.

విద్య

ప్రజా అవగాహన పెంచడానికి విద్య ఒక ముఖ్యమైన మార్గం. విద్య ప్రజలకు రవాణా యొక్క పర్యావరణ ప్రభావాల గురించి అవగాహన కల్పిస్తుంది మరియు ప్రభావవంతమైన రవాణా ఎంపికల గురించి సమాచారాన్ని అందిస్తుంది.

ప్రజా అవగాహన పెంచడానికి విద్య అనేక రూపాల్లో అందించవచ్చు. వాటిలో కొన్ని:

- పాఠశాలలలో రవాణా పాఠాలు
- కమ్యూనిటీ సమావేశాలు మరియు కోర్సులు
- మాధ్యమ ప్రచారాలు

ప్రచారాలు

ప్రచారాలు ప్రజా అవగాహన పెంచడానికి మరొక ముఖ్యమైన మార్గం. ప్రచారాలు ప్రజలకు రవాణా యొక్క పర్యావరణ

ప్రభావాల గురించి స్పష్టమైన మరియు శక్తివంతమైన సందేశాన్ని అందిస్తాయి.

ప్రచారాలు అనేక రూపాల్లో అందించవచ్చు. వాటిలో కొన్ని:

- బ్యానర్లు మరియు పోస్టర్లు
- టీవీ మరియు రేడియో ప్రకటనలు
- సోషల్ మీడియా

కమ్యూనిటీ పాల్గొనడం

కమ్యూనిటీ పాల్గొనడం ప్రజా అవగాహన మరియు ప్రవర్తన మార్పును ప్రోత్సహించడానికి ఒక శక్తివంతమైన మార్గం. కమ్యూనిటీ పాల్గొనడం ప్రజలను ప్రభావవంతమైన రవాణా ఎంపికలను ఉపయోగించడానికి ప్రోత్సహించడానికి సహాయపడుతుంది.

కమ్యూనిటీ పాల్గొనడం అనేక రూపాల్లో అందించవచ్చు. వాటిలో కొన్ని:

- కమ్యూనిటీ కార్యక్రమాలు మరియు ఈవెంట్లు
- కమ్యూనిటీ డైరెక్టరీలు మరియు ఫోరమ్‌లు
- కమ్యూనిటీ రవాణా ప్లానింగ్

ప్రజా అవగాహన మరియు ప్రవర్తన మార్పు కోసం విద్య, ప్రచారాలు మరియు కమ్యూనిటీ పాల్గొనడం ఒకదానితో ఒకటి పరస్పరం అనుసంధానించబడి ఉన్నాయి.

Chapter 4: The Engines of Change: Key Players and Initiatives

అధ్యాయం 4: మార్పు యంత్రాలు: కీలక ఆటగాళ్ళు మరియు చర్యలు

నగరాలు నాయకులుగా: ప్రపంచవ్యాప్తంగా నూతన నగర రవాణా విధానాలు మరియు ప్రాజెక్ట్‌లు

ప్రజా రవాణా యొక్క పర్యావరణ ప్రభావాలు పెరుగుతున్న కొద్దీ, నగరాలు స్థిరమైన రవాణా వ్యవస్థలను సృష్టించడానికి కొత్త విధానాలు మరియు ప్రాజెక్ట్‌లను అభివృద్ధి చేస్తున్నాయి. ప్రపంచవ్యాప్తంగా, నగరాలు ఎలక్ట్రిక్ వాహనాలను ప్రోత్సహించడం, సైకిల్ మరియు పాదచారుల నెట్‌వర్క్‌లను విస్తరించడం మరియు మెట్రో రైలు వంటి పబ్లిక్ రవాణాను మెరుగుపరచడం వంటి విధానాలను అమలు చేస్తున్నాయి.

హైదరాబాద్‌లోని ఎలక్ట్రిక్ బస్సులు

భారతదేశంలోని హైదరాబాద్ నగరం ఎలక్ట్రిక్ బస్సులను ప్రవేశపెట్టడంలో ముందంజలో ఉంది. నగరం ఇప్పటికే 200 ఎలక్ట్రిక్ బస్సులను కొనుగోలు చేసింది మరియు 2023 నాటికి మరో 1,000 బస్సులను కొనుగోలు చేయాలని లక్ష్యంగా పెట్టుకుంది. ఈ బస్సులు నగరం యొక్క గాలి కాలుష్యాన్ని తగ్గించడంలో సహాయపడతాయి మరియు శక్తిని ఆదా చేస్తాయి.

బెంగుళూరులోని సైకిల్ ట్రాక్‌లు

భారతదేశంలోని బెంగుళూరు నగరం సైకిల్ ట్రాక్‌లను విస్తరించడంలో ముందంజలో ఉంది. నగరం ఇప్పటికే 100 కిలోమీటర్ల పొడవైన సైకిల్ ట్రాక్‌లను నిర్మించింది మరియు 2023 నాటికి మరో 200 కిలోమీటర్ల ట్రాక్‌లను నిర్మించాలని లక్ష్యంగా పెట్టుకుంది. ఈ ట్రాక్‌లు ప్రజలు సైకిల్‌లను ఉపయోగించి నగరంలో చుట్టూ తిరగడానికి సులభతరం చేస్తాయి.

ముంబైలోని మెట్రో రైలు

భారతదేశంలోని ముంబై నగరం మెట్రో రైలు వ్యవస్థను విస్తరించడంలో ముందంజలో ఉంది. నగరం ఇప్పటికే 2 మెట్రో లైన్‌లను నిర్మించింది మరియు 2023 నాటికి మరో 4 లైన్‌లను నిర్మించాలని లక్ష్యంగా పెట్టుకుంది. ఈ విస్తరణ నగరం యొక్క రద్దీని తగ్గించడంలో మరియు ప్రజలకు మరింత సౌకర్యవంతమైన రవాణా ఎంపికను అందించడంలో సహాయపడుతుంది.

ఈ నగరాలతో పాటు, ప్రపంచవ్యాప్తంగా అనేక ఇతర నగరాలు కూడా స్థిరమైన రవాణా విధానాలను అమలు చేస్తున్నాయి. ఉదాహరణకు, న్యూయార్క్ నగరం ఎలక్ట్రిక్ వాహనాలను ప్రోత్సహించడానికి ఒక కొత్త ప్రోగ్రామ్‌ను ప్రారంభించింది.

ప్రైవేట్ రంగం నవీనత: కార్ల తయారీదారులు (టాటా, మహీంద్రా వంటివి ఎలక్ట్రిక్ వాహనాలు తయారు చేయడం), టెక్ కంపెనీలు (ఓలా, ఉబెర్ వంటివి క్యాబ్ షేరింగ్‌ను ప్రోత్సహించడం), మరియు మొబిలిటీ స్టార్టప్‌లు (యెప్లిట్రో లాంటివి ఎలక్ట్రిక్ స్కూటర్లను అందించడం) మార్పును నడిపిస్తున్నాయి.

ప్రపంచవ్యాప్తంగా, రవాణా శక్తి వినియోగం పెరుగుతోంది మరియు గాలి కాలుష్యం పెరుగుతోంది. ఈ సమస్యలను పరిష్కరించడానికి, ప్రైవేట్ రంగం అనేక నవీన పరిష్కారాలను అభివృద్ధి చేస్తోంది.

కార్ల తయారీదారులు

కార్ల తయారీదారులు ఎలక్ట్రిక్ వాహనాలను (EV) అభివృద్ధి చేయడంలో ముందంజలో ఉన్నారు. EVలు శక్తిని ఆదా చేస్తాయి మరియు గాలి కాలుష్యాన్ని తగ్గిస్తాయి.

భారతదేశంలో, టాటా మోటార్స్ మరియు మహీంద్రా అండ్ మహీంద్రా వంటి ప్రముఖ కార్ల తయారీదారులు ఇప్పటికే EVలను మార్కెట్‌లోకి ప్రవేశపెట్టాయి. ఈ కంపెనీలు 2030 నాటికి తమ ఉత్పత్తిలలో 25% EVలను ఉంచాలని లక్ష్యంగా పెట్టుకున్నాయి.

టెక్ కంపెనీలు

టెక్ కంపెనీలు కూడా స్థిరమైన రవాణాను ప్రోత్సహించడానికి కృషి చేస్తున్నాయి. ఓలా మరియు ఉబెర్ వంటి క్యాబ్ షేరింగ్ కంపెనీలు ప్రజలు తమ స్వంత వాహనాలను కొనుగోలు చేయకుండా ఉండటానికి సులభతరం చేస్తున్నాయి. ఈ

కంపెనీలు తమ కస్టమర్‌లకు శుభ్రమైన మరియు సౌకర్యవంతమైన రవాణా ఎంపికను అందిస్తున్నాయి.

మొబిలిటీ స్టార్టప్‌లు

మొబిలిటీ స్టార్టప్‌లు కూడా స్థిరమైన రవాణాను ప్రోత్సహించడానికి కొత్త విధానాలను అభివృద్ధి చేస్తున్నాయి. యెప్లీట్రో వంటి కంపెనీలు ఎలక్ట్రిక్ స్కూటర్లను అందిస్తున్నాయి, ఇవి సరసమైనవి మరియు నగరాలలో చుట్టూ తిరగడానికి సౌకర్యవంతమైనవి.

ఈ నవీన పరిష్కారాలు స్థిరమైన రవాణా వ్యవస్థను సృష్టించడంలో సహాయపడతాయి. అవి రవాణా శక్తి వినియోగం మరియు గాలి కాలుష్యాన్ని తగ్గించడంలో సహాయపడతాయి.

ప్రైవేట్ రంగం నుండి వచ్చే ఈ నవీనతలు స్థిరమైన రవాణా భవిష్యత్తు కోసం ఒక శుభవృత్తికరమైన సంకేతం.

సివిల్ సొసైటీ మరియు స్థానిక ఉద్యమాలు: నిరంతర రవాణా పరిష్కారాల కోసం వాదించడం, జాగృతి కార్యక్రమాలు నిర్వహించడం, ప్రభుత్వాన్ని ఒత్తిడి చేయడం

ప్రపంచవ్యాప్తంగా, సివిల్ సొసైటీ మరియు స్థానిక ఉద్యమాలు నిరంతర రవాణా పరిష్కారాల కోసం పని చేస్తున్నాయి. వారు ప్రభుత్వాలను ఒత్తిడి చేస్తున్నారు, జాగృతి కార్యక్రమాలు నిర్వహిస్తున్నారు మరియు ప్రజలను నిరంతర రవాణా ఎంపికలను ఉపయోగించడానికి ప్రోత్సహిస్తున్నారు.

సివిల్ సొసైటీ సంస్థలు

సివిల్ సొసైటీ సంస్థలు నిరంతర రవాణా పరిష్కారాల కోసం ఒక శక్తివంతమైన శక్తిగా ఉన్నాయి. వారు ఈ విషయంపై పరిశోధనలు చేస్తారు, ప్రభుత్వాలను ఒత్తిడి చేస్తారు మరియు ప్రజలను నిరంతర రవాణా ఎంపికల గురించి అవగాహన కల్పిస్తారు.

ఉదాహరణకు, అమెరికాలోని "సైకిల్ యునైటెడ్ స్టేట్స్" అనే సంస్థ సైకిలింగ్‌ను ప్రోత్సహించడానికి పని చేస్తుంది. ఈ సంస్థ సైకిల్ మార్గాల నిర్మాణం కోసం ప్రభుత్వాలను ఒత్తిడి చేస్తుంది మరియు ప్రజలకు సైకిలింగ్ గురించి అవగాహన కల్పించడానికి కోర్సులు మరియు కార్యక్రమాలు నిర్వహిస్తుంది.

భారతదేశంలో, "సైకిల్ ఫార్ అల్" అనే సంస్థ సైకిలింగ్‌ను ప్రోత్సహించడానికి పని చేస్తుంది. ఈ సంస్థ సైకిల్ మార్గాల నిర్మాణం కోసం ప్రభుత్వాలను ఒత్తిడి చేస్తుంది మరియు

ప్రజలకు సైకిలింగ్ గురించి అవగాహన కల్పించడానికి కోర్సులు మరియు కార్యక్రమాలు నిర్వహిస్తుంది.

స్థానిక ఉద్యమాలు

స్థానిక ఉద్యమాలు కూడా నిరంతర రవాణా పరిష్కారాల కోసం ఒక శక్తివంతమైన శక్తిగా ఉన్నాయి. వారు తమ కమ్యూనిటీలలో మార్పును తీసుకురావడానికి పని చేస్తారు.

ఉదాహరణకు, హైదరాబాద్‌లోని "హైదరాబాద్ ఫోర్ బైక్స్" అనే ఉద్యమం నగరంలో సైకిలింగ్‌ను ప్రోత్సహించడానికి పని చేస్తుంది. ఈ ఉద్యమం సైకిల్ మార్గాల నిర్మాణం కోసం ప్రభుత్వాలను ఒత్తిడి చేస్తుంది మరియు ప్రజలకు సైకిలింగ్ గురించి అవగాహన కల్పించడానికి కార్యక్రమాలు నిర్వహిస్తుంది.

ఈ ఉద్యమాలు ప్రభుత్వాలను ఒత్తిడి చేయడంలో, జాగృతి కార్యక్రమాలు నిర్వహించడంలో మరియు ప్రజలను నిరంతర రవాణా ఎంపికలను ఉపయోగించడానికి ప్రోత్సహించడంలో ముఖ్యమైన పాత్ర పోషిస్తున్నాయి.

అంతర్జాతీయ సహకారం: జ్ఞానం, ఉత్తమ అభ్యాసాలు మరియు వనరులను పంచుకోవడం, అంతర్జాతీయ ఒప్పందాలను అమలు చేయడం

ప్రపంచవ్యాప్తంగా రవాణా శక్తి వినియోగం మరియు గాలి కాలుష్యం పెరుగుతున్న కొద్దీ, అంతర్జాతీయ సహకారం స్థిరమైన రవాణాను సాధించడానికి ముఖ్యమైనది.

జ్ఞానం, ఉత్తమ అభ్యాసాలు మరియు వనరులను పంచుకోవడం

అంతర్జాతీయ సహకారం ద్వారా, దేశాలు జ్ఞానం, ఉత్తమ అభ్యాసాలు మరియు వనరులను పంచుకోవచ్చు. ఇది ప్రజలు మరియు సమాజాలకు ప్రయోజనం చేకూరుస్తుంది. ఉదాహరణకు, ఒక దేశం ఇతర దేశాలతో ఎలక్ట్రిక్ వాహనాల (EV) అభివృద్ధి మరియు ఉత్పత్తిపై పరిశోధన మరియు అభివృద్ధి (R&D) ఫలితాలను పంచుకోవచ్చు. ఇది EVలను మరింత సరసమైనదిగా మరియు అందుబాటులో ఉంచడంలో సహాయపడుతుంది.

అంతర్జాతీయ ఒప్పందాలను అమలు చేయడం

అంతర్జాతీయ ఒప్పందాలు స్థిరమైన రవాణాను ప్రోత్సహించడానికి ఒక సాధనం. ఈ ఒప్పందాలు దేశాలను కాలుష్యాన్ని తగ్గించడానికి మరియు శక్తి సామర్థ్యాన్ని మెరుగుపరచడానికి బాధ్యత వహిస్తాయి. అంతర్జాతీయ సహకారం ఈ ఒప్పందాలను అమలు చేయడంలో సహాయపడుతుంది. ఉదాహరణకు, యునైటెడ్ నేషన్స్ ఫ్రేమ్‌వర్క్ కన్వెన్షన్ ఆన్ క్లైమేట్ ఛేంజ్ (UNFCCC) దేశాలను వాతావరణ మార్పును ఎదుర్కోవడానికి కలిసి పని చేయడానికి

పిలుపునిస్తుంది. అంతర్జాతీయ సహకారం ఈ ఒప్పందాన్ని అమలు చేయడంలో సహాయపడుతుంది.

అంతర్జాతీయ సహకారం ద్వారా సాధించగలిగే కొన్ని ప్రయోజనాలు:

- రవాణా శక్తి వినియోగం మరియు గాలి కాలుష్యం తగ్గుతుంది.
- ప్రజలు మరియు సమాజాలకు ఆరోగ్యం మెరుగుపడుతుంది.
- నగరాలు మరియు పట్టణాలు సౌకర్యవంతమైనవి మరియు జీవించడానికి మరింత ఆహ్లాదకరంగా ఉంటాయి.

అంతర్జాతీయ సహకారం ద్వారా స్థిరమైన రవాణా భవిష్యత్తును సాధించడానికి మనం కలిసి పని చేయవచ్చు.

Chapter 5: Overcoming Challenges: Obstacles and Solutions

అధ్యాయం 5: సవాళ్లను అధిగమించడం: అడ్డంకులు మరియు పరిష్కారాలు

ఖర్చు మరియు affordability: సమానత్వ సమస్యలను పరిష్కరించడం మరియు నిరంతర ఎంపికలను అందుబాటులో ఉంచడం

ప్రపంచవ్యాప్తంగా, రవాణా ఖర్చు పెరుగుతోంది. ఇది కొంతమంది ప్రజలకు సరసమైన రవాణా ఎంపికలను అందుబాటులో ఉంచడం కష్టతరం చేస్తుంది. ఇది సమానత్వ సమస్యలను సృష్టిస్తుంది మరియు స్థిరమైన రవాణా దిశగా మార్చడానికి ప్రయత్నాలను నిరోధిస్తుంది.

సమానత్వ సమస్యలు

రవాణా ఖర్చు పెరగడం వలన కొన్ని ప్రజలు తమ పని, విద్య లేదా ఇతర అవసరాల కోసం తమ ఇళ్ల నుండి దూరంగా ఉండటానికి ఒత్తిడి పడుతున్నారు. ఇది ఆరోగ్యం మరియు ఆర్థిక సమస్యలకు దారితీస్తుంది.

నిరంతర ఎంపికలను అందుబాటులో ఉంచడం

రవాణా ఖర్చు పెరగడం వలన కొంతమంది ప్రజలు నిరంతర రవాణా ఎంపికలను ఉపయోగించడం కష్టతరం చేస్తుంది. ఉదాహరణకు, ఎలక్ట్రిక్ వాహనాలు (EVలు) సాంప్రదాయ వాహనాల కంటే ఖరీదైనవి.

ఖర్చును తగ్గించడానికి మరియు affordabilityను మెరుగుపరచడానికి కొన్ని మార్గాలు:

- ప్రభుత్వాలు రవాణా సబ్సిడీలను అందించవచ్చు. ఈ సబ్సిడీలు నిరంతర రవాణా ఎంపికలను మరింత అందుబాటులో ఉంచడంలో సహాయపడతాయి.
- ప్రభుత్వాలు పబ్లిక్ రవాణాను మెరుగుపరచవచ్చు. ఇది పబ్లిక్ రవాణాను మరింత సరసమైన మరియు ఆకర్షణీయమైన ఎంపికగా చేస్తుంది.
- ప్రభుత్వాలు సైకిల్ మార్గాలను నిర్మించవచ్చు మరియు సైకిలింగ్‌ను ప్రోత్సహించవచ్చు. ఇది సైకిలింగ్‌ను మరింత సరసమైన మరియు ఆరోగ్యకరమైన ఎంపికగా చేస్తుంది.

స్థిరమైన రవాణా భవిష్యత్తును సాధించడానికి, ఖర్చు మరియు affordability సమస్యలను పరిష్కరించడం ముఖ్యం. ప్రభుత్వాలు, ప్రైవేట్ రంగం మరియు సమాజం కలిసి పని చేయడం ద్వారా ఈ సమస్యలను పరిష్కరించవచ్చు.

రాజకీయ వ్యతిరేకత: స్వప్రయోజాలను అధిగమించి, మార్పు కోసం వాదించడం

రాజకీయ వ్యతిరేకత అనేది ప్రభుత్వానికి లేదా ఇతర రాజకీయ శక్తులకు వ్యతిరేకంగా వ్యక్తం చేయబడిన అభిప్రాయం లేదా చర్య. ఇది సాధారణంగా ప్రభుత్వం యొక్క విధానాలను లేదా చర్యలను విమర్శించడం లేదా ప్రతిఘటించడం ద్వారా వ్యక్తం చేయబడుతుంది.

రాజకీయ వ్యతిరేకత యొక్క అనేక రూపాలు ఉన్నాయి. ఇది ప్రశ్నించడం, విమర్శించడం, నిరసనలు చేయడం, ఆందోళనలు నిర్వహించడం, ప్రభుత్వానికి ఒత్తిడి చేయడం మరియు ప్రభుత్వాన్ని మార్చడానికి కృషి చేయడం వంటి వాటిని కలిగి ఉంటుంది.

రాజకీయ వ్యతిరేకత ఒక ముఖ్యమైన రాజకీయ హక్కు. ఇది ప్రజలకు తమ అభిప్రాయాలను వ్యక్తం చేయడానికి మరియు ప్రభుత్వాన్ని జవాబుదారీగా ఉంచడానికి అనుమతిస్తుంది.

స్వప్రయోజాలను అధిగమించి

రాజకీయ వ్యతిరేకత స్వప్రయోజాలను అధిగమించడం ద్వారా మార్పును సాధించడానికి సహాయపడుతుంది. ఇది ప్రజలు తమ వ్యక్తిగత ప్రయోజనాలకు మించి, మంచి కోసం పోరాడటానికి ప్రోత్సహిస్తుంది.

ఉదాహరణకు, కాలుష్యం తగ్గించడం కోసం పోరాడే ఒక రాజకీయ వ్యతిరేకత ఒక వ్యక్తి తన స్వంత కారును కొనకుండా ఉండటం లేదా తన స్థానిక ప్రభుత్వాన్ని కాలుష్య నియంత్రణ

చర్యలను తీసుకోవడానికి ఒత్తిడి చేయడం వంటివి చేయవచ్చు.

మార్పు కోసం వాదించడం

రాజకీయ వ్యతిరేకత మార్పు కోసం వాదించడానికి ఒక శక్తివంతమైన సాధనం. ఇది ప్రజలకు తమ అవసరాలు మరియు కోరికలను ప్రభుత్వానికి తెలియజేయడానికి మరియు ప్రభుత్వాన్ని మార్చడానికి ప్రోత్సహించడానికి సహాయపడుతుంది.

ఉదాహరణకు, పేదరికాన్ని తగ్గించడం కోసం పోరాడే ఒక రాజకీయ వ్యతిరేకత ఒక వ్యక్తి పేదరిక నివారణ చర్యలను ప్రోత్సహించడానికి ప్రభుత్వాన్ని ఒత్తిడి చేయడం వంటివి చేయవచ్చు.

రాజకీయ వ్యతిరేకత యొక్క ప్రయోజనాలు

రాజకీయ వ్యతిరేకత యొక్క అనేక ప్రయోజనాలు ఉన్నాయి. ఇది:

- ప్రజలకు తమ అభిప్రాయాలను వ్యక్తం చేయడానికి మరియు ప్రభుత్వాన్ని జవాబుదారీగా ఉంచడానికి అనుమతిస్తుంది.
- స్వప్రయోజాలను అధిగమించి మంచి కోసం పోరాడటానికి ప్రజలను ప్రోత్సహిస్తుంది.

మౌలిక సదుపాయాల అంతరాలు మరియు గ్రామీణ రవాణా: గ్రామీణ కమ్యూనిటీలను నిరంతర ఎంపికలతో కనెక్ట్ చేయడం

ప్రపంచవ్యాప్తంగా, గ్రామీణ ప్రాంతాలు నగరాల కంటే మౌలిక సదుపాయాల అంతరాలకు ఎక్కువ గురవుతాయి. ఇది రవాణాకు కూడా వర్తిస్తుంది. గ్రామీణ ప్రాంతాలలో, రవాణా సౌకర్యాలు తరచుగా తక్కువగా ఉంటాయి మరియు మరింత ఖరీదైనవి. ఇది గ్రామీణ ప్రజలకు ఆర్థిక మరియు సామాజిక అవకాశాలను పరిమితం చేస్తుంది.

గ్రామీణ రవాణా యొక్క ప్రాముఖ్యత

గ్రామీణ రవాణా గ్రామీణ ప్రజలకు అనేక ప్రయోజనాలను అందిస్తుంది. ఇది:

- ఉపాధి, విద్య మరియు ఆరోగ్య సంరక్షణ వంటి అవసరమైన సేవలకు ప్రాప్యతను మెరుగుపరుస్తుంది.
- ప్రజలు తమ కుటుంబాలు మరియు సమాజాలతో సంబంధాలను కొనసాగించడానికి సహాయపడుతుంది.
- గ్రామీణ ప్రాంతాల ఆర్థిక అభివృద్ధికి దోహదపడుతుంది.

నిరంతర రవాణా ఎంపికలు

నిరంతర రవాణా అనేది పర్యావరణానికి మరియు ఆరోగ్యానికి మంచిది. ఇది కాలుష్యాన్ని తగ్గిస్తుంది, శక్తిని ఆదా చేస్తుంది మరియు ప్రజల ఆరోగ్యాన్ని మెరుగుపరుస్తుంది.

గ్రామీణ ప్రాంతాలలో, నిరంతర రవాణా ఎంపికలను ప్రోత్సహించడం ముఖ్యం. ఇది గ్రామీణ ప్రజలకు ఆరోగ్యకరమైన మరియు సుస్థిరమైన రవాణా ఎంపికలను అందిస్తుంది.

గ్రామీణ రవాణాలో నిరంతర ఎంపికలను ప్రోత్సహించడానికి కొన్ని మార్గాలు:

- సబ్సిడీలు మరియు ఇతర ప్రోత్సాహకాలను అందించడం ద్వారా సైకిల్ మరియు పబ్లిక్ రవాణాను మరింత అందుబాటులో చేయండి.
- సైకిల్ మార్గాలు మరియు పబ్లిక్ రవాణా సౌకర్యాలను మెరుగుపరచండి.
- గ్రామీణ ప్రజలకు నిరంతర రవాణా ఎంపికల గురించి అవగాహన కల్పించండి.

గ్రామీణ రవాణాలో నిరంతర ఎంపికలను ప్రోత్సహించడం ద్వారా, మనం గ్రామీణ ప్రజలకు మెరుగైన జీవన ప్రమాణాలను అందించడంలో సహాయపడవచ్చు.

టెక్నాలజికల్ పరిమితులు మరియు ప్రజా ఆదరణ: ఆటోమేషన్ మరియు భద్రత గురించిన ఆందోళనలను పరిష్కరించడం

ఆటోమేషన్ అనేది ఒక శక్తివంతమైన సాధనం, ఇది అనేక రంగాలలో ఉత్పాదకత మరియు సమర్థతను మెరుగుపరచగలదు. అయితే, ఆటోమేషన్ యొక్క విస్తరణ భద్రత గురించి ఆందోళనలను కూడా రేకెత్తిస్తుంది.

టెక్నాలజికల్ పరిమితులు

ఆటోమేషన్ యొక్క ఒక ప్రధాన పరిమితి ఏమిటంటే, ఇది ఇంకా పరిపూర్ణంగా లేదు. ఆటోమేటెడ్ వ్యవస్థలు తప్పులు చేయగలవు, ఇది అనారోగ్యం, గాయం లేదా మరణానికి దారితీయవచ్చు.

ఉదాహరణకు, 2016లో, ఒక ఆటోమేటెడ్ టెక్స్టైల్ మిల్లులో జరిగిన ప్రమాదంలో 11 మంది కార్మికులు మరణించారు. ప్రమాదం ఒక లోపభూయిష్ట ఆటోమేటెడ్ సిస్టమ్ కారణంగా సంభవించిందని భావిస్తున్నారు.

ప్రజా ఆదరణ

ఆటోమేషన్ యొక్క మరొక పరిమితి ఏమిటంటే, ఇది ప్రజా ఆదరణను పొందడం కష్టం. కొంతమంది ప్రజలు ఆటోమేషన్ మానవ ఉపాధిని తొలగిస్తుందని ఆందోళన చెందుతారు.

ఉదాహరణకు, ఒక అధ్యయనం ప్రకారం, యునైటెడ్ స్టేట్స్‌లో 73% మంది ప్రజలు ఆటోమేషన్ మానవ ఉపాధిని తొలగిస్తుందని నమ్ముతారు.

ఆందోళనలను పరిష్కరించడానికి దశలు

ఆటోమేషన్ యొక్క భద్రత మరియు ప్రజా ఆదరణ గురించిన ఆందోళనలను పరిష్కరించడానికి, కింది దశలు తీసుకోవడం ముఖ్యం:

- టెక్నాలజీని మెరుగుపరచండి. ఆటోమేటెడ్ వ్యవస్థలను మరింత సురక్షితంగా మరియు నమ్మదగినవిగా చేయడానికి రీసెర్చ్ మరియు అభివృద్ధి పెట్టుబడులు పెట్టాలి.

- ప్రజలను అవగాహన కల్పించండి. ఆటోమేషన్ యొక్క ప్రయోజనాలు మరియు ప్రమాదాల గురించి ప్రజలకు అవగాహన కల్పించడానికి ప్రచారాన్ని నిర్వహించాలి.

- ఆటోమేషన్‌ను సమాజానికి ప్రయోజనకరంగా చేయడానికి చర్యలు తీసుకోండి. ఉదాహరణకు, ఆటోమేషన్ కారణంగా పోయే ఉద్యోగాలను భర్తీ చేయడానికి ప్రణాళికలు రూపొందించాలి.

ఈ దశలను తీసుకోవడం ద్వారా, మనం ఆటోమేషన్ యొక్క ప్రయోజనాలను గ్రహించడం మరియు దాని ప్రమాదాలను తగ్గించడానికి సహాయపడవచ్చు.

Chapter 6: The Road Ahead: Visions of a Sustainable Future

అధ్యాయం 6: ముందుకు సాగే దారి: నిరంతర భవిష్యత్తు దృష్టికోణాలు

భవిష్యత్తు కోసం దృశ్యాలు: రూపాంతర మార్పు మరియు నిరంతర రవాణా యొక్క సామర్థం

ప్రపంచం రూపాంతర మార్పు యొక్క మధ్యలో ఉంది. వాతావరణ మార్పు, శక్తి పరివర్తన మరియు నగరీకరణ వంటి సవాళ్లను ఎదుర్కోవడానికి మనం కొత్త మార్గాలను కనుగొంటున్నాము.

రవాణా ఈ మార్పులకు ఒక ముఖ్యమైన అంశం. రవాణా కారణంగా కాలుష్యం, శక్తి వినియోగం మరియు ట్రాఫిక్ జామ్‌లు పెరుగుతున్నాయి.

నిరంతర రవాణా అనేది ఈ సవాళ్లను ఎదుర్కోవడానికి ఒక ఆశాజనక పరిష్కారం. నిరంతర రవాణా అనేది కాలుష్యం తక్కువగా ఉండే, శక్తి సమర్థవంతమైన మరియు ప్రజల ఆరోగ్యానికి మంచిదిగా ఉండే రవాణా రూపాలను సూచిస్తుంది.

నిరంతర రవాణా యొక్క సామర్థ్యం

నిరంతర రవాణా భవిష్యత్తు రవాణాకు ఒక ముఖ్యమైన భాగంగా మారే సామర్థ్యాన్ని కలిగి ఉంది. ఇది కింది ప్రయోజనాలను అందిస్తుంది:

- కాలుష్యం తగ్గించడం: నిరంతర రవాణా వాతావరణ మార్పును ఎదుర్కోవడానికి సహాయపడుతుంది. ఇది గాలి మరియు నీటి కాలుష్యం తగ్గించడంలో సహాయపడుతుంది.
- శక్తి సమర్థవంతతను మెరుగుపరచడం: నిరంతర రవాణా శక్తి వినియోగాన్ని తగ్గించడంలో సహాయపడుతుంది. ఇది శక్తి సమస్యలను ఎదుర్కోవడానికి సహాయపడుతుంది.
- ప్రజల ఆరోగ్యాన్ని మెరుగుపరచడం: నిరంతర రవాణా ప్రజల ఆరోగ్యాన్ని మెరుగుపరచడంలో సహాయపడుతుంది. ఇది వాయు కాలుష్యం వల్ల కలిగే ఆరోగ్య సమస్యలను తగ్గించడంలో సహాయపడుతుంది.

రూపాంతర మార్పు మరియు నిరంతర రవాణా

రూపాంతర మార్పు నిరంతర రవాణాకు ఒక ముఖ్యమైన ప్రోత్సాహకం. వాతావరణ మార్పును ఎదుర్కోవడానికి, మనం కాలుష్యం తక్కువగా ఉండే రవాణా రూపాలకు మారాలని అవసరం.

నిరంతర రవాణా రూపాంతర మార్పును ఎదుర్కోవడానికి మనకు సహాయపడుతుంది. ఇది కాలుష్యం తగ్గించడంలో సహాయపడుతుంది, ఇది వాతావరణ మార్పును తగ్గించడానికి ముఖ్యమైనది.

భవిష్యత్తు కోసం దృశ్యం

భవిష్యత్తులో, నిరంతర రవాణా మరింత సాధారణం అవుతుందని నేను నమ్ముతున్నాను. మనం రూపాంతర

మార్పును ఎదుర్కోవడానికి మరియు మన పర్యావరణాన్ని రక్షించడానికి నిరంతర రవాణాకు మారాలని అవసరం.

స్మార్ట్ నగరాలు మరియు ఏకీకృత రవాణా నెట్‌వర్క్‌లు

ప్రపంచం నగరీకరణ వైపు వేగంగా కదులుతోంది. 2050 నాటికి, ప్రపంచ జనాభాలో 68% మంది నగరాలలో నివసిస్తారని అంచనా.

నగరీకరణ అనేది అనేక సవాళ్లను సృష్టిస్తుంది, వీటిలో రవాణా ఒకటి. నగరాలలో రవాణా జామ్‌లు, కాలుష్యం మరియు భద్రతా సమస్యలు పెరుగుతున్నాయి.

స్మార్ట్ నగరాలు మరియు ఏకీకృత రవాణా నెట్‌వర్క్‌లు ఈ సవాళ్లను ఎదుర్కోవడానికి ఒక ఆశాజనక పరిష్కారం.

స్మార్ట్ నగరాలు అనేవి సాంకేతికతను ఉపయోగించి వారి పౌరుల జీవితాలను మెరుగుపరచడానికి కృషి చేసే నగరాలు. ఈ సాంకేతికతలలో ఐఓటీ (ఇంటర్నెట్ ఆఫ్ థింగ్స్), కృత్రిమ మేధస్సు మరియు మెషిన్ లెర్నింగ్ ఉన్నాయి.

ఏకీకృత రవాణా నెట్‌వర్క్‌లు అనేవి వివిధ రకాల రవాణా మార్గాలను ఒకే వ్యవస్థలో కలిపే నెట్‌వర్క్‌లు. ఈ నెట్‌వర్క్‌లు ప్రయాణికులకు మరింత సౌకర్యవంతమైన మరియు ఖచ్చితమైన రవాణాను అందిస్తాయి.

స్మార్ట్ నగరాలు మరియు ఏకీకృత రవాణా నెట్‌వర్క్‌లు కలిసి పని చేస్తే, అవి అనేక ప్రయోజనాలను అందించగలవు:

- రవాణా జామ్‌లను తగ్గించడం: స్మార్ట్ నగరాలు ట్రాఫిక్ డేటాను సేకరించి విశ్లేషించడానికి ఉపయోగించే సాంకేతికతను ఉపయోగించవచ్చు. ఈ డేటాను

ఉపయోగించి, అధిక ట్రాఫిక్ ప్రాంతాలలో రవాణాను మెరుగుపరచడానికి చర్యలు తీసుకోవచ్చు.

- కాలుష్యం తగ్గించడం: స్మార్ట్ నగరాలు మరియు ఏకీకృత రవాణా నెట్‌వర్క్‌లు ప్రజలను ఎక్కువగా నడుచుకోవడానికి, సైకిలింగ్ చేయడానికి లేదా ప్రజా రవాణాను ఉపయోగించడానికి ప్రోత్సహించడంలో సహాయపడతాయి. ఇది కాలుష్యం తగ్గించడంలో సహాయపడుతుంది.

- భద్రతను మెరుగుపరచడం: స్మార్ట్ నగరాలు మరియు ఏకీకృత రవాణా నెట్‌వర్క్‌లు ట్రాఫిక్ సిగ్నల్‌లను సమర్థవంతంగా నిర్వహించడంలో మరియు ప్రమాదాలను గుర్తించడంలో సహాయపడతాయి. ఇది భద్రతను మెరుగుపరచడంలో సహాయపడుతుంది.

ఆరోగ్యవంతమైన కమ్యూనిటీలు మరియు మెరుగైన జీవన నాణ్యత

ఆరోగ్యవంతమైన కమ్యూనిటీలు అనేవి ప్రజలు ఆరోగ్యంగా మరియు సంతోషంగా జీవించగల ప్రదేశాలు. ఇవి సాధారణంగా కొన్ని లక్షణాలను కలిగి ఉంటాయి:

- శుభ్రమైన పర్యావరణం: ఆరోగ్యవంతమైన కమ్యూనిటీలలో శుభ్రమైన గాలి, నీరు మరియు ఆహారం ఉంటుంది.
- సరైన సదుపాయాలు: ఆరోగ్యవంతమైన కమ్యూనిటీలలో ఆరోగ్య సంరక్షణ, విద్య మరియు ఉపాధి వంటి అవసరమైన సదుపాయాలు అందుబాటులో ఉంటాయి.
- సామాజిక మద్దతు: ఆరోగ్యవంతమైన కమ్యూనిటీలలో ప్రజలు ఒకరినొకరు మద్దతు ఇస్తారు మరియు స్నేహపూర్వకమైన సంబంధాలను కలిగి ఉంటారు.

ఆరోగ్యవంతమైన కమ్యూనిటీలు ప్రజలకు మెరుగైన జీవన నాణ్యతను అందిస్తాయి. అవి:

- కొట్టుమిట్టాడుతున్న ఆరోగ్యం: ఆరోగ్యవంతమైన కమ్యూనిటీలలో నివసించే ప్రజలు తక్కువగా అనారోగ్యానికి గురవుతారు మరియు ఆరోగ్యంగా జీవిస్తారు.
- మెరుగైన విద్య: ఆరోగ్యవంతమైన కమ్యూనిటీలలోని పిల్లలు మెరుగైన విద్యను పొందుతారు.
- కమ్యూనిటీ భాగస్వామ్యం: ఆరోగ్యవంతమైన కమ్యూనిటీలలో ప్రజలు తమ కమ్యూనిటీలలో

పాల్గొంటారు మరియు వాటిని మెరుగుపరచడానికి పని చేస్తారు.

ఆరోగ్యవంతమైన కమ్యూనిటీలను సృష్టించడానికి, ప్రభుత్వాలు, వ్యాపారాలు మరియు సమాజాలు కలిసి పని చేయాలి. కొన్ని నిర్దిష్ట చర్యలు ఇక్కడ ఉన్నాయి:

- పర్యావరణ నాణ్యతను మెరుగుపరచడానికి చర్యలు తీసుకోండి.
- ఆరోగ్య సంరక్షణ సదుపాయాలకు ప్రజలకు సులభమైన ప్రాప్యతను అందించండి.
- సమాజంలోని అన్ని వర్గాల ప్రజలకు అవసరమైన సదుపాయాలను అందించండి.
- ప్రజలను ఒకరినొకరు మరింత బాగా తెలుసుకోవడానికి ప్రోత్సహించండి.

ఆరోగ్యవంతమైన కమ్యూనిటీలు మనందరికీ మెరుగైన ప్రపంచాన్ని సృష్టించడానికి ఒక ముఖ్యమైన మార్గం.

తక్కువ కార్బన్, సమానమైన భవిష్యత్తు వైపు ప్రపంచవ్యాప్త మార్పు

ప్రపంచం మార్పుల కాలంలో ఉంది. వాతావరణ మార్పు, అసమానత మరియు ఇతర సవాళ్లతో పోరాడుతున్నాము. ఈ సవాళ్లను అధిగమించడానికి, మనం కలిసి పని చేయాలి మరియు తక్కువ కార్బన్, సమానమైన భవిష్యత్తును సృష్టించడానికి కృషి చేయాలి.

తక్కువ కార్బన్ భవిష్యత్తు

తక్కువ కార్బన్ భవిష్యత్తు అనేది ఒక అటువంటి భవిష్యత్తు, ఇక్కడ మనం వాతావరణ మార్పును నియంత్రించడానికి మరియు మన గ్రహాన్ని రక్షించడానికి పని చేస్తాము. ఈ లక్ష్యాన్ని సాధించడానికి, మనం మన శక్తి ఉత్పత్తి మరియు వినియోగాన్ని మార్చాలి.

మనం కింది వాటిపై దృష్టి పెట్టాలి:

- పునరుత్పాదక శక్తి వనరులను పెంచడం: పునరుత్పాదక శక్తి వనరులు, వీటిలో సౌర శక్తి, గాలి శక్తి మరియు జల శక్తి ఉన్నాయి, కాలుష్యం లేకుండా శక్తిని ఉత్పత్తి చేస్తాయి.
- శక్తి సమర్థవంతతను మెరుగుపరచడం: శక్తి సమర్థవంతత అనేది తక్కువ శక్తిని ఉపయోగించి ఎక్కువ పని చేయడం. మనం మన ఇళ్ళు, వ్యాపారాలు మరియు పారిశ్రామిక కార్యకలాపాలను మరింత శక్తి సమర్థవంతంగా చేయడానికి చర్యలు తీసుకోవచ్చు.
- కాలుష్యాన్ని తగ్గించడం: మనం మా కార్ల, ట్రక్కుల మరియు ఇతర వాహనాల నుండి కాలుష్యాన్ని

తగ్గించడానికి చర్యలు తీసుకోవచ్చు. మనం మా ఇళ్ళు మరియు వ్యాపారాల నుండి కాలుష్యాన్ని కూడా తగ్గించవచ్చు.

సమానమైన భవిష్యత్తు

సమానమైన భవిష్యత్తు అనేది ఒక అటువంటి భవిష్యత్తు, ఇక్కడ ప్రతి ఒక్కరికి సమాన అవకాశాలు మరియు అవకాశాలు ఉంటాయి. ఈ లక్ష్యాన్ని సాధించడానికి, మనం అసమానతను తగ్గించడానికి పని చేయాలి.

మనం కింది వాటిపై దృష్టి పెట్టాలి:

- ప్రజారోగ్యం మరియు విద్యకు ప్రాప్యతను మెరుగుపరచడం: ప్రతి ఒక్కరికి నాణ్యమైన ఆరోగ్య సంరక్షణ మరియు విద్య అందుబాటులో ఉండేలా చూసుకోవడం ముఖ్యం.
- ఆర్థిక అవకాశాలను సృష్టించడం: ప్రతి ఒక్కరికి జీవనోపాధిని పొందే అవకాశం ఉండేలా చూసుకోవడం ముఖ్యం.
- సామాజిక రక్షణను మెరుగుపరచడం: ప్రతి ఒక్కరికి ఆరోగ్యం మరియు భద్రత యొక్క భద్రత ఉండేలా చూసుకోవడం.

Chapter 7: Taking the Wheel:
A Call to Action
అధ్యాయం 7: చక్రాలను పట్టుకోవడం: చర్యకు పిలుపు

వ్యక్తిగత ఎంపికలు మరియు సామూహిక బాధ్యత: నిరంతర రవాణా కోసం రోజువారీ చర్యలు

ప్రపంచం రూపాంతర మార్పు యొక్క మధ్యలో ఉంది. వాతావరణ మార్పు, శక్తి పరివర్తన మరియు నగరీకరణ వంటి సవాళ్లను ఎదుర్కోవడానికి మనం కొత్త మార్గాలను కనుగొంటున్నాము.

రవాణా ఈ మార్పులకు ఒక ముఖ్యమైన అంశం. రవాణా కారణంగా కాలుష్యం, శక్తి వినియోగం మరియు ట్రాఫిక్ జామ్‌లు పెరుగుతున్నాయి.

నిరంతర రవాణా అనేది కాలుష్యం తక్కువగా ఉండే, శక్తి సమర్థవంతమైన మరియు ప్రజల ఆరోగ్యానికి మంచిదిగా ఉండే రవాణా రూపాలను సూచిస్తుంది.

నిరంతర రవాణాను ప్రోత్సహించడానికి, వ్యక్తిగత ఎంపికలు మరియు సామూహిక బాధ్యత రెండూ ముఖ్యమైనవి.

వ్యక్తిగత ఎంపికలు

వ్యక్తిగతంగా, మనం నిరంతర రవాణాను ప్రోత్సహించడానికి కొన్ని విషయాలు చేయవచ్చు:

- నడవడం, సైకిలింగ్ లేదా ప్రజా రవాణాను ఉపయోగించండి: ఈ రవాణా రూపాలు కాలుష్యం తక్కువగా ఉంటాయి మరియు మీ ఆరోగ్యానికి మంచివి.

- మీ ప్రయాణాలను తగ్గించండి: మీరు ఎక్కడికి వెళ్లాలనుకుంటున్నారో ఆలోచించండి మరియు మీరు మరింత సమీపంలో ఉన్నప్పుడు నడవడం లేదా సైకిలింగ్ చేయగలరా అని చూడండి.

- మీ కారు యొక్క శక్తి సమర్థతను మెరుగుపరచండి: మీ కారును టైర్ల నుండి టెక్నాలజీ వరకు పరిశీలించండి మరియు మీరు శక్తిని ఆదా చేయగల ఎలాంటి మార్పులు చేయవచ్చో చూడండి.

సామూహిక బాధ్యత

వ్యక్తిగత ఎంపికలతో పాటు, నిరంతర రవాణాను ప్రోత్సహించడానికి ప్రభుత్వాలు మరియు సంస్థలు కూడా చర్యలు తీసుకోవాలి.

- ప్రజా రవాణాను మెరుగుపరచండి: ప్రజా రవాణాను మరింత అందుబాటులో చేయడానికి మరియు ఆకర్షణీయంగా చేయడానికి, ప్రభుత్వాలు మరియు సంస్థలు మరింత పెట్టుబడులు పెట్టాలి.

- నిరంతర రవాణాకు ప్రోత్సాహకాలను అందించండి: నడవడం, సైకిలింగ్ మరియు ప్రజా రవాణాను ఉపయోగించే ప్రజలకు ప్రోత్సాహకాలను అందించడం ద్వారా, ప్రభుత్వాలు మరియు సంస్థలు మరింత మందిని ఈ రవాణా రూపాలను ఎంచుకోవడానికి ప్రోత్సహించవచ్చు.

కమ్యూనిటీలను బలోపేతం చేయడం మరియు మార్పు కోసం వాదించడం

కమ్యూనిటీలు శక్తివంతమైనవి. అవి ప్రజలను కలిపి ఉంచగలవు, సహాయం చేయగలవు మరియు మార్పును తెచ్చుకోగలవు.

కమ్యూనిటీలను బలోపేతం చేయడానికి, మనం క్రింది వాటిపై దృష్టి పెట్టాలి:

- సమాచారం మరియు సంభాషణను ప్రోత్సహించండి: ప్రజలు ఒకరినొకరు తెలుసుకోవడానికి మరియు కలిసి పని చేయడానికి సహాయపడే సమాచార మరియు సంభాషణ ఛానెల్‌లను సృష్టించండి.
- సామాజిక సంబంధాలను బలోపేతం చేయండి: కమ్యూనిటీ కేంద్రాలు, పాఠశాలలు మరియు ఇతర సంస్థల ద్వారా సామాజిక సంబంధాలను ప్రోత్సహించండి.
- ప్రజలకు భాగస్వామ్యం చేసుకోవడానికి అవకాశాలను అందించండి: కమ్యూనిటీ నిర్ణయాలు తీసుకోవడంలో ప్రజలను భాగస్వామ్యం చేయడానికి అవకాశాలను అందించండి.

మార్పు కోసం వాదించడానికి, మనం క్రింది వాటిపై దృష్టి పెట్టాలి:

- మా సమస్యలను అర్థం చేసుకోండి: మనం ఎదుర్కొంటున్న సమస్యలను అర్థం చేసుకోవడానికి

మరియు వాటిని పరిష్కరించడానికి మార్గాలను కనుగొనడానికి పని చేయండి.

- మా లక్ష్యాలను స్పష్టంగా తెలియజేయండి: మనం ఏమి చేయాలనుకుంటున్నారో స్పష్టంగా తెలియజేయడానికి మరియు మన లక్ష్యాలను సాధించడానికి మార్గాలను కనుగొనడానికి పని చేయండి.

- ఇతరులను లాగండి: మన లక్ష్యాలను సాధించడానికి ఇతరులను లాగడానికి మరియు మార్పు కోసం కలిసి పని చేయడానికి ప్రోత్సహించండి.

కమ్యూనిటీలను బలోపేతం చేయడం మరియు మార్పు కోసం వాదించడం అనేది ఒక సవాలుగా ఉంటుంది, కానీ ఇది ముఖ్యమైనది. బలమైన కమ్యూనిటీలు మన జీవితాలను మెరుగుపరచగలవు మరియు మంచి ప్రపంచాన్ని సృష్టించడంలో సహాయపడతాయి.

కమ్యూనిటీలను బలోపేతం చేయడానికి మరియు మార్పు కోసం వాదించడానికి మనం చేయగలిగే కొన్ని నిర్దిష్ట విషయాలు ఇక్కడ ఉన్నాయి:

- మా కమ్యూనిటీల గురించి తెలుసుకోండి. మన కమ్యూనిటీలలో ఎవరు నివసిస్తున్నారు? వారు ఎలాంటి సమస్యలను ఎదుర్కొంటున్నారు? వారు ఏవైనా మార్పులను కోరుకుంటున్నారు? ఈ ప్రశ్నలకు సమాధానం ఇవ్వడం ద్వారా, మనం మన కమ్యూనిటీలకు ఎలా సహాయం చేయవచ్చో మంచి అవగాహన పొందవచ్చు.

నిరంతర భవిష్యత్తు వైపు మార్పు యాత్ర: ఉద్యమాన్ని నిర్మించి, పరివర్తనను నడిపించడం

మనం నివసిస్తున్న గ్రహం యొక్క ఆరోగ్యం ముప్పులో ఉంది. పెరుగుతున్న కాలుష్యం, వాతావరణ మార్పు, వనరుల క్షీణత - ఈ సవాళ్లను ఎదుర్కోవడానికి మనం కలిసికట్టు మార్పునకు పాల్పడాలి. నిరంతర భవిష్యత్తు వైపు మన యాత్రలో కీలకమైన అంశం ఉద్యమాన్ని నిర్మించడం మరియు పరివర్తనను నడిపించడం. ఇది సులభమైన పని కాదు, కానీ మనం కలిసి కృషి చేస్తే, మరో రకమైన ప్రపంచాన్ని సృష్టించగలం.

మొదటగా, మనం మార్పు అవసరాన్ని అర్థం చేసుకోవాలి. వాతావరణ మార్పు యొక్క పరిణామాలు ఇప్పటికే స్పష్టంగా కనిపిస్తున్నాయి. తీవ్రమైన వాతావరణ సంఘటనలు, పెరుగుతున్న సముద్ర మట్టాలు, జీవవైవిధ్య నష్టం - ఇవన్నీ మన జీవన విధానాన్ని ప్రభావితం చేస్తున్నాయి. మనం వెంటనే చర్య తీసుకోకపోతే, భవిష్యత్తు తరాలకు తీవ్రమైన పరిణామాలు ఎదురుచూస్తాయి.

అయితే, నిస్పృహకు తావు లేదు. మానవ చరిత్రలో అనేక సవాళ్లను అధిగమించాము. సమష్టి కృషి ద్వారా, మనం ఈ సవాలును కూడా ఎదుర్కొనగలం. ఇది సాంకేతిక పరిష్కారాల గురించి మాత్రమే కాదు, మన ఆలోచన విధానంలో, మన జీవన విధానంలో మార్పు గురించి కూడా.

నిరంతర భవిష్యత్తు ఉద్యమాన్ని నిర్మించడానికి మొదటి అడుగు అవగాహన పెంచడం. మన చుట్టూ ఉన్న ప్రజలకు వాతావరణ మార్పు యొక్క తీవ్రత మరియు నిరంతర పరిష్కారాల ప్రాముఖ్యత గురించి తెలియజేయాలి. సోషల్

మీడియా, వర్క్‌షాప్‌లు, సెమినార్లు, డాక్యుమెంటరీలు వంటి వివిధ మాధ్యమాల ద్వారా ఈ అవగాహన పెంచడం జరగాలి.

రెండవ అడుగు చర్యకు పిలుపునివ్వడం. ప్రజలు తమ రోజువారీ జీవితంలో మార్పులు చేయడానికి వారిని ప్రోత్సహించాలి. పబ్లిక్ ట్రాన్స్‌పోర్ట్‌ను ఉపయోగించడం, నడక లేదా సైక్లింగ్‌ను ఎంచుకోవడం, శక్తి వినియోగాన్ని తగ్గించడం, స్థానిక వ్యాపారాలను ఆదరించడం వంటి చిన్న చర్యలు కూడా గణనీయమైన ప్రభావాన్ని చూపుతాయి.

మూడవ అడుగు వ్యవస్థీకృత ప్రయత్నాలను ప్రోత్సహించడం. ఎన్‌జీఓలు, సామాజిక సంస్థలు, యువత గ్రూపులు వంటి సంస్థలు నిరంతర అభివృద్ధికి కృషి చేసే కార్యక్రమాలను నిర్వహించాలి.

www.ingramcontent.com/pod-product-compliance
Lightning Source LLC
LaVergne TN
LVHW012047070526
838201LV00082B/3808
* 9 7 9 8 8 6 9 2 1 0 5 0 0 *